SWAHILI

A ROUGH GUIDE DICTIONARY PHRASEBOOK

Compiled by

LEXUS

D1255568

Credits

Compiled by Lexus with Nasor Malik
Lexus Series Editor: Sally Davies
Rough Guides Phrase Book Editor: Jonathan Buckley
Rough Guides Series Editor: Mark Ellingham

First edition published in 1998 by Rough Guides Ltd,
62–70 Shorts Gardens, London WC2H 9AB.
Revised in 2001.

Distributed by the Penguin Group.

Penguin Books Ltd, 27 Wrights Lane, London W8 5TZ
Penguin Books USA Inc., 375 Hudson Street, New York 10014, USA
Penguin Books Australia Ltd, 487 Maroondah Highway,
PO Box 257, Ringwood, Victoria 3134, Australia
Penguin Books Canada Ltd, Alcorn Avenue,
Toronto, Ontario, Canada M4V 1E4
Penguin Books (NZ) Ltd, 182–190 Wairau Road,
Auckland 10, New Zealand

Typeset in Bembo and Helvetica to an original design by Henry Iles.
Printed in Spain by Graphy Cems.

British Library Cataloguing in Publication Data
A catalogue for this book is available from the British Library.

ISBN 1-85828-923-8

HELP US GET IT RIGHT

Lexus and Rough Guides have made great efforts to be accurate and
informative in this Rough Guide Swahili phrasebook. However, if you feel
we have overlooked a useful word or phrase, or have any other
comments to make about the book, please let us know. All contributors
will be acknowledged and the best letters will be rewarded with a free
Rough Guide phrasebook of your choice. Please write to 'Swahili
Phrasebook Update', at either Shorts Gardens (London) or Hudson Street
(New York) – for full addresses see above. Alternatively you can email us at
mail@roughguides.co.uk

Online information about Rough Guides can be found at our website
www.roughguides.com

CONTENTS

Introduction

The Rough Guide Swahili phrasebook is a highly practical introduction to the contemporary language. Laid out in clear A-Z style, it uses key-word referencing to lead you straight to the words and phrases you want – so if you need to book a room, just look up 'room'. The Rough Guide gets straight to the point in every situation, in bars and shops, on trains and buses, and in hotels and banks.

The main part of the Rough Guide is a double dictionary: English-Swahili then Swahili-English. Before that, there's a section called The Basics, which sets out the fundamental rules of the language and its pronunciation, with plenty of practical examples. You'll also find here other essentials like numbers, dates, telling the time and basic phrases.

To get you involved quickly in two-way communication, the Rough Guide includes dialogues featuring typical responses on key topics – such as renting a car and asking directions. Feature boxes fill you in on cultural pitfalls as well as the simple mechanics of how to make a phone call, what to do in an emergency, where to change money and more. Throughout this section, cross-references enable you to pin-point key facts and phrases, while asterisked words indicate where further information can be found in The Basics.

In the Swahili-English dictionary, we've given not just the phrases you're likely to hear (starting with a selection of slang and colloquialisms), but also all the signs, labels, instructions and other basic words you might come across in print or in public places.

Finally the Rough Guide rounds off with an extensive Menu Reader. Consisting of food and drink sections (each starting with a list of essential terms), it's indispensable whether you're eating out, stopping for a quick drink or browsing through a local food market.

safari njema!
have a good trip!

Basics

Pronunciation

Swahili is written in the Roman alphabet and the letters are pronounced more or less as in English, apart from those given below which are pronounced as follows:

Vowels

a   as in f**a**r
e   between the 'e' in b**e**d and the 'é' in caf**é**
i   as in L**i**ma
o   as in **o**range
u   as in fl**u**te

Consonants

ch   as in **ch**urch
dh   like the 'th' in **th**at
g   as in **g**ot
gh   pronounced from the back of the throat, almost as an 'r', like the Spanish pronunciation of 'j' in **j**amón
h   as in **h**ome
k   as in **k**iosk
kh   like 'ch' as in the Scots pronunciation of lo**ch**
ng   as in fi**ng**er
ng'   as in si**ng**
ny   as in ca**ny**on, or like the 'ni' in o**ni**on
s   as in **s**it
th   as in **th**in

The stress is nearly always on the penultimate syllable of the word.

In Swahili each vowel in a word is sounded, for example **saa** (watch) is pronounced **sa-a**, **watalii** (tourists) is pronounced **wa-ta-li-i** and **kelele** (noise) is pronounced **ke-le-le**.

In the English–Swahili section, English words used in Swahili but pronounced as in English are shown in quotes, for example 'malaria', 'stereo'.

BASICS ■ Pronunciation

9

Notes

Swahili (or Kiswahili to its speakers) is the most important language of communication in a vast mainland area of East Africa and its offshore islands. It is the national language of Tanzania and Kenya. Swahili is also understood and used as a second language by a considerable number of people in parts of Uganda, Burundi, Rwanda, Somalia, Mozambique, Malawi and Zambia. It is the regional language of the eastern regions of the Republic of Congo (formerly Zaire). Being spoken in such a vast area there are varieties or dialects of Swahili. This book is intended for use in Kenya and Tanzania and most of the words and phrases used in this book will be understood in both Kenya and Tanzania; however, (K) next to a word means that it is more commonly used in Kenya and (T) indicates a word that is more commonly used in Tanzania.

An asterisk next to a word in the English-Swahili section means that you should refer to the Basics section for further information.

Abbreviations

adj	adjective
lit	literally
pl	plural
sing	singular

Nouns

Nouns in Swahili are divided into a number of classes and in most cases, except for the (JI)/MA and N classes, the class can be identified by the initial letter(s) of the noun.

class	singular		plural	
M/WA	**mtoto**	child	**watoto**	children
	mtalii	tourist	**watalii**	tourists

The M/WA class of noun refers to people only.

M/MI	**mti**	tree	**miti**	trees
	mji	town	**miji**	towns
KI/VI	**kitu**	thing	**vitu**	things
	kitabu	book	**vitabu**	books
(JI)/MA	**jicho**	eye	**macho**	eyes
	yai	egg	**mayai**	eggs
N	**njia**	road	**njia**	roads
	barua	letter	**barua**	letters

For N class nouns, singular and plural forms are the same.

U/N	**uhuru**	freedom		
	utoto	childhood		
	uma	fork	**nyuma**	forks
	uso	face	**nyuso**	faces

There is also the KU class for verbal nouns:

kuimba	**kusafiri**	**kusoma**
singing	travelling	reading

And the PA class associated with the noun **pahali** or **mahali**, meaning 'place':

pahali pazuri or **mahali pazuri**
a nice place

Articles

There are no definite or indefinite articles (the, a) as such in Swahili. A word such as **kofia** could mean 'a hat' or 'the hat' depending on the context:

nataka kununua kofia
I want to buy a hat OR
I want to buy the hat
lit: I want to buy hat

Adjectives

Adjectives usually follow the noun to which they refer and (with some exceptions) are used with appropriate prefixes according to their class. For example, prefixes which correspond to noun classes are added to the adjective **-zuri** (good):

M	**mtu mzuri**	a good person
WA	**watu wazuri**	good people
KI	**kiti kizuri**	a good chair
VI	**viti vizuri**	good chairs
M	**mji mzuri**	a good town
MI	**miji mizuri**	good towns

The majority of adjectives are used with prefixes. For this reason Swahili dictionaries usually give adjectives with hyphens in front, for example:

-zuri	good, nice
-tamu	sweet
-kubwa	big

However, the following are not used with prefixes:

safi	clean
ghali	expensive

| rahisi | cheap; easy |
| laini | smooth; soft |

| **nyumba safi** | **machugwa ghali** |
| a clean house | expensive oranges |

Comparatives and Superlatives

To form the comparative (bigger, better) the word which is commonly used is **kuliko** (more than, in comparison to):

Omar ni mkubwa kuliko Gideon
Omar is bigger than Gideon
lit: Omar is big compared to Gideon

or

Gideon ni modogo kuliko Omar
Gideon is smaller than Omar
lit: Gideon is small compared to Omar

For the superlative (biggest, best) the words **kuliko ... -ote** are used, with an appropriate prefix on **-ote**:

Omar ni mkubwa kuliko wanafunzi wote
Omar is the biggest of all the students
lit: Omar is big more than all students

nyumba kubwa kuliko zote
it's the biggest house
lit: house big more than all

Adverbs

Adverbs can be formed from adjectives:

| **-baya** | **vibaya** | **alisoma vibaya** |
| bad | badly | he read badly |

| **-zuri** | **vizuri** | **ulisoma vizuri** |
| good; nice | well; nicely | you read nicely |

13

Or from nouns by using **kwa**:

haraka	**kwa haraka**	**tulikuja kwa haraka**
haste	quickly	we came quickly
siri	**kwa siri**	**walikutana kwa siri**
secret	secretly	they met secretly

There are also some words already in adverbial form:

polepole	**upesi**
slowly	hurriedly, quickly

Subject/object markers

Markers are attached to verbs to indicate whether a word is the subject or object of a sentence. These marker words agree with the noun class.

M/WA

subject marker		**object marker**	
ni-	I	-ni-	me
u-	you (sing)	-ku-	you (sing)
a-	he; she	-m-	him; her
tu-	we	-tu-	us
m-	you (pl)	-wa-	you (pl)
wa-	they	-wa-	them

In the examples that follow, subject markers are attached to the verb **nunua** (buy), together with the tense marker **-na-** (see page 20):

ninanunua	**unanunua**	**ananunua**
I buy	you buy	he/she buys

In the following examples, subject and object markers are attached to the verb **jua** (know), together with the tense marker **-na-**:

ninamjua　　　　　**anawajua**
I know her　　　　　he/she knows them

The other classes of noun which refer to things (not people) have one singular subject/object marker and one plural subject/object marker. The subject marker is positioned at the beginning of the verb and the object marker is in the middle of the verb:

M/MI **mti ulianguka**　　　　　**miti ilianguka**
　　　the tree had fallen　　　　the trees had fallen

KI/VI **kiti kilivunjika**　　　　　**viti vilivunjika**
　　　the chair had broken　　　　the chairs had broken

　　　walikivunja kiti　　　　**walivivunja viti**
　　　they broke the chair　　　　they broke the chairs

(JI)/MA **yai litavunjika**　　　　**mayai yatavunjika**
　　　the egg will break　　　　the eggs will break

N **njia itafungwa**　　　　　**njia zitafungwa**
　　　the road will be closed　　　the roads will be closed

　　　waliifunga njia　　　　**walizifunga njia**
　　　they closed the road　　　they closed the roads

U/N **ukuta umebomoka**　　　　**kuta zimebomoka**
　　　the wall has fallen down　　the walls have fallen down

Swahili also has subject pronouns which are separate words:

mimi	I	**sisi**	we
wewe	you (sing)	**nyinyi**	you (pl)
yeye	he/she	**wao**	they

These are used in certain contexts such as with the word **ni** (am/is/are):

mimi ni mtalii　　　　　**mimi ni Muingereza**
I'm a tourist　　　　　　I am English
　　　　　　　　　　　lit: I am English person

15

yeye ni Mwamerika
he/she is an American
lit: he/she is American person

They are also used to emphasize the subject of the sentence:

sisi tutaondoka kesho
as for us, we will leave tomorrow

Demonstratives

In Swahili, there is no distinction between demonstrative adjectives and pronouns and, like adjectives and possessives, the form used depends on the noun class.

	this	these	that	those
M/WA	huyu	hawa	yule	wale
M/MI	huu	hii	ule	ile
KI/VI	hiki	hivi	kile	vile
(JI)/MA	hili	haya	lile	yale
N	hii	hizi	ile	zile
U/N	huu	hizi	ule	zile

Demonstrative adjectives are positioned after the noun:

mtoto huyu   **watoto hawa**   **mtoto yule**   **watoto wale**
this child   these children   that child   those children

Possessives

There is no difference in form between possessive adjectives (my, your, our etc) and possessive pronouns (mine, yours, ours, etc):

-angu	my; mine	-etu	our; ours
-ako	your; yours (sing)	-enu	your; yours (pl)
-ake	his; her; hers; its	-ao	their; theirs

Possessives follow the noun and are used with prefixes as follows:

M/WA	**mtoto wangu** my child	**watoto wangu** my children
	mtoto wako your child (sing)	**watoto wako** your children (sing)
	mtoto wake his/her child	**watoto wake** his/her children
	mtoto wetu our child	**watoto wetu** our children
	mtoto wenu your child (pl)	**watoto wenu** your children (pl)
	mtoto wao their child	**mtoto wao** their children
M/MI	**mkoba wangu** my bag	**mikoba yangu** my bags
	mkoba wako your bag (sing)	**mikoba yako** your bags (sing)
	mkoba wake his/her bag	**mikoba yake** his/her bags
	mkoba wetu our bag	**mikoba yetu** our bags
	mkoba wenu your bag (pl)	**mikoba yenu** your bags (pl)
	mkoba wao their bag	**mikoba yao** their bags
KI/VI	**kitu changu** my thing	**vitu vyangu** my things
	kitu chako your thing (sing)	**vitu vyako** your things (sing)
	kitu chake his/her thing	**vitu vyake** his/her things
	kitu chetu our thing	**vitu vyetu** our things
	kitu chenu your thing (pl)	**vitu vyenu** your things (pl)
	kitu chao their thing	**vitu vyao** their things

(JI)/MA

yai langu
my egg
yai lako
your egg (sing)
yai lake
his/her egg
yai letu
our egg
yai lenu
your egg (pl)
yai lao
their egg

mayai yangu
my eggs
mayai yako
your eggs (sing)
mayai yake
his/her eggs
mayai yetu
our eggs
mayai yenu
your eggs (pl)
mayai yao
their eggs

N

barua yangu
my letter
barua yako
your letter (sing)
barua yake
his/her letter
barua yetu
our letter
barua yenu
your letter (pl)
barua yao
their letter

barua zangu
my letters
barua zako
your letters (sing)
barua zake
his/her letters
barua zetu
our letters
barua zenu
your letters (pl)
barua zao
their letters

U/N

ukanda wangu
my belt
ukanda wako
your belt (sing)
ukanda wake
his/her belt
ukanda wetu
our belt
ukanda wenu
your belt (pl)
ukanda wao
their belt

kanda zangu
my belts
kanda zako
your belts (sing)
kanda zake
his/her belts
kanda zetu
our belts
kanda zenu
your belts (pl)
kanda zao
their belts

The possessive pronoun used depends on the thing(s) possessed and not on the possessor:

chumba changu	**changu** mine	(referring to room)
my room		
nyumba yangu	**yangu** mine	(referring to house)
my house		
jina langu	**langu** mine	(referring to name)
my name		

'Of'

In order to convey the idea of the English 'of', subject markers agreeing with the person or thing referred to are added to **-a**. An exception is the singular M/WA class where **w-** is added to **-a**:

M/WA	**mtoto wa mwalimu**	**watoto wa mwalimu**
	the teacher's child	the teacher's children
	lit: child of teacher	
KI/VI	**kitabu cha mwanafunzi**	**vitabu vya wanafunzi**
	the student's book	the students' books
(JI)/MA	**gari la rais**	**magari ya rais**
	the President's car	the President's cars
M/MI	**mkoba wa mtalii**	**mikoba ya watalii**
	the tourist's bag	the tourists' bags
N	**nyumba ya waziri**	**nyumba za mawaziri**
	the minister's house	the ministers' houses
U/N	**ukanda wa askari**	**kanda za askari**
	the policeman's belt	the policemen's belts

Verbs

In Swahili dictionaries most verbs are given in the stem form like **nunua** (buy), **lala** (sleep) and **safiri** (travel). You can make the stem into the infinitive form by adding **ku-**:

kununua	**kulala**	**kusema**	**kusafiri**
to buy	to sleep	to speak	to travel

The infinitive form of the verb is used in sentences like:

ninataka kununua matunda
I want to buy some fruit

unaweza kusema Kiingereza?
can you speak English?

Or as a verbal noun:

kusafiri kunachosha
travelling is tiring

With verbs of one syllable such as **nywa** (drink), the **ku-** form **kunywa** is used as the stem to which the various tense markers are added (see below).

Tense Markers

As well as the subject and object markers which can be attached to verbs, Swahili verbs also have tense markers. Tense markers come immediately after subject markers. Tense markers are:

-na-	present continuous	-me-	perfect
-a-	present simple	-ta-	future
-li-	past		

nywa drink (stem: **kunywa**)

ninakunywa chai
I'm drinking tea

taka want

nataka chai
I want tea

nilitaka chai
I wanted tea

nunua buy

nimenunua chai
I have bought some tea

nitanunua chai
I will buy some tea

Imperative

The verb stem itself is used for the imperative if it has more than one syllable:

nunua mkate
buy some bread

soma gazeti
read the newspaper

To form the negative imperative, the subject marker (see page 14) plus **-si-** is added to the stem and the final letter of the verb stem changes from **-a** to **-e** thus:

usinunue mkate
don't buy any bread

usisome gazeti
don't read the newspaper

If the verb consists of one syllable, such as **la** (eat) or **nywa** (drink), **ku-** is added to form the imperative:

kula nyama
eat meat

kunywa maji
drink water

And the **ku-** is dropped in the negative forms:

usile nyama
don't eat meat

usinywe maji
don't drink the water

Negatives

In other negative forms (in addition to the negative imperative shown above), the verb stem changes. In the present negative tense, the tense marker is omitted and the final **-a** of the verb stem changes to **-i**. With the M/WA noun class, the subject markers are as follows:

present negative

si-	I	hatu-	we
hu-	you (sing)	ham-	you (pl)
ha-	he/she	hawa-	they

For example, the present negative forms of the verb **soma** (read) are:

sisomi	I don't read	**hatusomi**	we don't read
husomi	you don't read (sing)	**hamsomi**	you don't read (pl)
hasomi	he/she doesn't read	**hawasomi**	they don't read

To form the negative in the past, perfect and future tenses the final **-a** of the verb stem stays, but the positive tense markers are replaced by negative tense markers:

past tense negative marker **-ku-**

sikusoma	**hukusoma**
I did not read	you did not read (sing)

future tense negative marker **-ta-**

hatasoma	**hatutasoma**
he/she will not read	we will not read

perfect tense negative marker **-ja-**

hamjasoma	**hawajasoma**
you have not read (pl)	they have not read

For the other noun classes which refer to things, the negative tense markers do not change according to tense, but do change according to whether the subject is singular or plural:

M	hau-	**mti hauanguki**
		the tree does not fall
MI	hai-	**miti haianguki**
		the trees do not fall
KI	haki-	**kiti hakikuanguka**
		the chair didn't fall over
VI	havi-	**viti havikuanguka**
		the chairs didn't fall over

(JI)	hali-	**yai halitaanguka** the egg won't fall
MA	haya-	**mayai hayataanguka** the eggs won't fall
N	hai-	**njia haijafungwa** the road is not yet closed
N (pl)	hazi-	**njia hazijafungwa** the roads are not yet closed
U	hau-	**ufunguo haukupotea** the key was not lost
N (pl)	hazi-	**funguo hazikupotea** the keys were not lost

'To Have'

To express the verb 'to have' the word **na** (with) is prefixed with the appropriate subject marker (see page 14):

nina	I have	**tuna**	we have
una	you have (sing)	**mna**	you have (pl)
ana	he/she has	**wana**	they have

nina kalamu
I have a pen
lit: I with pen

Negative markers (see page 21) are used to form the negative:

sina	I have not	**hatuna**	we have not
huna	you have not (sing)	**hamna**	you have not (pl)
hana	he/she has not	**hawana**	they have not

The past tense is formed using the verb **kuwa** (to be) and **na** (with), together with the past tense marker -li-:

nilikuwa na	I had	**tulikuwa na**	we had
ulikuwa na	you had (sing)	**mlikuwa na**	you had (pl)
alikuwa na	he/she had	**walikuwa na**	they had

nilikuwa na kalamu
I had a pen

Negative markers (see page 21) are used to form the negative past tense:

sikuwa na	I didn't have	**hatukuwa na**	we didn't have
hukuwa na	you didn't have (sing)	**hamkuwa na**	you didn't have (pl)
hakuwa na	he/she didn't have	**hawakuwa na**	they didn't have

hakuwa na kalamu
he didn't have a pen

'To Be'

The invariable particle **ni** is usually used to express the idea of 'am/is/are' in simple sentences where the subject is identified by a descriptive word:

mimi ni Mwamerka
I am American
lit: I am American person

ni nyeusi
it's black

sisi ni wazazi wake
we're his parents

In the negative, **ni** is replaced by **si**:

mimi si Muingereza
I'm not English
lit: I am not English person

si ghali sana
it's not very expensive

For the past tense, 'was/were', the one-syllabled verb **wa** is used, usually in its infinitive form **kuwa** (to be/become). Subject markers such as **wa-** and tense markers such as **-li-** are used with **kuwa**:

ilikuwa ghali sana
it was very expensive

walikuwa walimu shuleni Kenya
they were school teachers in Kenya

Negative markers (see page 21) are used to form the past negative:

haikuwa ghali sana
it was not very expensive

hawakuwa walimu shuleni Kenya
they were not school teachers in Kenya

To express the idea of being in a place, you don't need to use the verb 'to be' – you simply use a subject marker with one of the place words **-ko**, **-po** or **-mo**. These are used respectively to indicate indefinite, definite and indoor places. Nouns of the M/WA (people) class use **yu-** in combination with **-ko**, **-po** or **-mo**:

meneja yuko wapi?
where is the manager?
lit: 'manager he' + indefinite place word + 'where'

meneja yumo ofisini
the manager is in the office
lit: 'manager he' + inside place word + 'office'

hayumo ofisini
he/she is not in the office
lit: negative + 'he/she' + inside place word + 'office'

With other noun classes, **-ko**, **-po** and **-mo** are used with subject markers:

tiketi yangu iko wapi?
where is my ticket?
lit: 'ticket my' + subject marker + indefinite place word + 'where'

tiketi yangu ipo hapa?
is my ticket here?
lit: 'ticket my' + subject marker + definite place word + 'here'

haipo hapa
it is not here
lit: 'not' + definite place word + 'here'

For tenses other than the present, **kuwa** is used with -ko, -po or -mo, together with the appropriate subject and tense markers:

alikuwapo sokoni
he/she was at the market
lit: 'he/she' + past tense marker + 'to be' + definite place word + 'market in'

watakuwamo nyumbani
they will be in the house
lit: 'they' + future tense marker + 'to be' + inside place word + 'house in'

Questions

You can ask a question by slightly raising your voice towards the end of a statement or by adding the word **je** at the beginning of a sentence:

unataka chakula sasa?   **je, unataka chakula sasa?**
do you want food now?   do you want food now?

Some commonly used interrogative words are:

kwa nini? why? (placed at the beginning of a question)
kwa nini hutaki kula?
why don't you want to eat?

nani? who? (placed at the beginning or the end of a question)
nani atanisaidia?
who's going to help me?

gani? which? (placed after the noun to which it refers)
hoteli gani?
which hotel?

lini? when? (placed at the beginning or at the end of a question)
lini utafika hoteli?
when will you arrive at the hotel?

vipi? how? (placed after the verb)
ulikuja vipi hapa?
how did you get here? (i.e. by bus or on foot?)

nini? what? (placed at the end of a question)
unataka kununua nini?
what do you want to buy?

wapi? where? (placed after the verb)
unakwenda wapi sasa?
where are you going now?

Prepositions

In Swahili, there are several ways of expressing prepositions. One way is by inserting a letter or letters in the verb:

soma	read	**leta**	bring
somea	read to	**letea**	bring to

Prepositions can also be expressed using the word **kwa**, which means 'by', 'to' or 'for' depending on the context:

atasafiri kwa ndege   **tulikwenda kwa mwalimu**
he/she will go by plane   we went to the teacher

The suffix **-ni** can be added to nouns to convey 'in', 'from', 'to' or 'at', depending on the context:

duka shop
dukani in/from/to the shop

nimenunua vitu dukani
I bought things from the shop

tunakwenda dukani
we are going to the shop

Some other useful prepositional expressions are:

katika in; into; out of

walitia viti katika gari
they put the chairs into the car

walitoa viti katika nyumba
they took chairs out of the house

karibu na near to

tunaishi karibu na posta
we live near the post office

pamoja na together with

watakuja pamoja na mama
they're coming together with mother

Dates

There are two calendar systems in use in East Africa. The Western calendar (using months derived from English) is more generally used. The Islamic lunar calendar is used for religious holidays and local traditional festivals.

You can use the numbers on page 31 to express the date in Swahili:

leo ni tarehe gani?
what's the date today?
lit: today is date which

ni Januari mosi/moja   **ni Aprili kumi na tatu**
it's 1 January   it's 13 April

(mwaka) elfu moja mia tisa na tisini na nane
1998

This can be shortened to **(mwaka) tisini na nane**; mwaka (year) can be omitted.

Days

Sunday	Jumapili	Thursday	Alhamisi
Monday	Jumatatu	Friday	Ijumaa
Tuesday	Jumanne	Saturday	Jumamosi
Wednesday	Jumatano		

Months

January	Januari	July	Julai
February	Februari	August	Agosti
March	Machi	September	Septemba
April	Aprili	October	Oktoba
May	Mei	November	Novemba
June	Juni	December	Desemba

Time

There is a difference of six hours in the Swahili and English ways of telling the time. The Swahili system consists of two twelve-hour parts, sunrise to sunset and sunset to sunrise. English 7am is **saa moja** (hour one) in Swahili, that is one hour after sunrise; 9am is **saa tatu** (hour three) after sunrise; 7pm is **saa moja** (hour one) after sunset; and 9pm is **saa tatu** (hour three) after sunset. If you want to make things absolutely clear, you can use the expressions:

asubuhi	**alasiri**
in the morning	in the afternoon
jioni	**usiku**
in the evening	at night

what time is it?
saa ngapi sasa?

1 o'clock	saa saba	7 o'clock	saa moja
2 o'clock	saa nane	8 o'clock	saa mbili
3 o'clock	saa tisa	9 o'clock	saa tatu
4 o'clock	saa kumi	10 o'clock	saa nne
5 o'clock	saa kumi na moja	11 o'clock	saa tano
6 o'clock	saa kumi na mbili	12 o'clock	saa sita

it's one o'clock ni saa saba
it's two/three/four o'clock ni saa nane/tisa/kumi
it's five o'clock ni saa kumi na moja
five past one ni saa kumi na moja na dakika tano
ten past two ni saa nane na dakika kumi
quarter past one ni saa saba na robo
quarter past two ni saa nane na robo
half past one ni saa saba u nusu
half past ten ni saa nne u nusu
twenty to ten ni saa nne kasoro dakika ishirini
quarter to two ni saa nane kaso robo
quarter to ten ni saa nne kaso robo
at one o'clock saa saba
at two/three/four o'clock saa nane/tisa/kumi
at five o'clock saa kumi na moja
at half past four saa kumi u nusu
14.00 saa nane
17.30 saa kumi na moja u nusu
noon saa sita mchana
midnight saa sita usiku
in the morning asubuhi
in the afternoon alasiri
in the evening jioni
at night usiku
hour saa
minute dakika
second sekunde, nukta
quarter of an hour robo saa
half an hour nusu saa
three quarters of an hour dakika arobaini na tano

Numbers

0	sifuri	101	mia na moja
1	moja	102	mia na mbili
2	mbili	110	mia na kumi
3	tatu	200	mia mbili
4	nne	300	mia tatu
5	tano	400	mia nne
6	sita	500	mia tano
7	saba	600	mia sita
8	nane	700	mia saba
9	tisa	800	mia nane
10	kumi	900	mia tisa
11	kumi na moja	1,000	elfu
12	kumi na mbili	2,000	elfu mbili
13	kumi na tatu	3,000	elfu tatu
14	kumi na nne	4,000	elfu nne
15	kumi na tano	5,000	elfu tano
16	kumi na sita	6,000	elfu sita
17	kumi na saba	7,000	elfu saba
18	kumi na nane	8,000	elfu nane
19	kumi na tisa	9,000	elfu tisa
20	ishirini	10,000	elfu kumi
21	ishirini na moja	100,000	laki
22	ishirini na mbili	1,000,000	milioni
23	ishirini na tatu		
30	thelathini		
31	thelathini na moja		
32	thelathini na mbili		
33	thelathini na tatu		
40	arobaini		
50	hamsini		
60	sitini		
70	sabini		
80	themanini		
90	tisini		
100	mia		

Ordinals

first	-a kwanza
second	-a pili
third	-a tatu
fourth	-a nne
fifth	-a tano
sixth	-a sita
seventh	-a saba
eighth	-a nane
ninth	-a tisa
tenth	-a kumi

Basic phrases

yes
ndiyo

no
hapana
(on the coast) la

OK
sawa

hello!/hi!
habari!

good morning
habari za asubuhi

good evening
habari za jioni

good night
usiku mwema, alamsiki (T)

goodbye
kwa heri
(to more than one person) kwa
herini

see you!
tutaonana!

see you later
tutaonana baadaye

please
tafadhali

could you please ...?
tafadhali, waweza ...?

yes, please
ndiyo, tafadhali

thank you/thanks
asante

no thanks
la asante

thank you very much
asante sana

don't mention it
si kitu

how do you do?/how are
you?
hujambo?

I'm fine, thanks
sijambo, asante

nice to meet you
nimefurahi kukutana nawe

excuse me
(to get past) samahani nipishe
(to get attention, to say sorry)
samahani

sorry
samahani

sorry?/pardon (me)?
samahani?

I see/I understand
naelewa

I don't understand
sielewi

do you speak English?
unasema Kiingereza?

I don't speak Swahili
sisemi Kiswahili

could you speak more slowly?
sema polepole zaidi

could you repeat that?
waweza kusema tena?

could you write it down?
waweza kuiandika?

I'd like ...
nataka ...

can I have ...?
naweza kupata ...?

can you ...?
unaweza ...

I can't ...
siwezi ...

how much is it?
ni kiasi gani?

I'll take it
nitanunua

what's that?
hiyo nini?

what's happening?/what's wrong?
kuna nini?

what's happening?/what news?
habari gani?

it is ...
ni ...

is it ...?
je ni ...?

where is it?
iko wapi?

is it far?
ni mbali sana?

Conversion tables

1 centimetre = 0.39 inches	1 inch = 2.54 cm
1 metre = 39.37 inches = 1.09 yards	1 foot = 30.48 cm
1 kilometre = 0.62 miles = 5/8 mile	1 yard = 0.91 m
	1 mile = 1.61 km

km	1	2	3	4	5	10	20	30	40	50	100
miles	0.6	1.2	1.9	2.5	3.1	6.2	12.4	18.6	24.8	31.0	62.1

miles	1	2	3	4	5	10	20	30	40	50	100
km	1.6	3.2	4.8	6.4	8.0	16.1	32.2	48.3	64.4	80.5	161

1 gram = 0.035 ounces	1 kilo = 1000 g = 2.2 pounds
	1 oz = 28.35 g
	1 lb = 0.45 kg

g	100	250	500
oz	3.5	8.75	17.5

kg	0.5	1	2	3	4	5	6	7	8	9	10
lb	1.1	2.2	4.4	6.6	8.8	11.0	13.2	15.4	17.6	19.8	22.0

kg	20	30	40	50	60	70	80	90	100
lb	44	66	88	110	132	154	176	198	220

lb	0.5	1	2	3	4	5	6	7	8	9	10	20
kg	0.2	0.5	0.9	1.4	1.8	2.3	2.7	3.2	3.6	4.1	4.5	9.0

1 litre = 1.75 UK pints / 2.13 US pints

1 UK pint = 0.57 l	1 UK gallon = 4.55 l
1 US pint = 0.47 l	1 US gallon = 3.79 l

centigrade / Celsius $°C = (°F - 32) \times 5/9$

°C	-5	0	5	10	15	18	20	25	30	36.8	38
°F	23	32	41	50	59	64	68	77	86	98.4	100.4

Fahrenheit $°F = (°C \times 9/5) + 32$

°F	23	32	40	50	60	65	70	80	85	98.4	101
°C	-5	0	4	10	16	18	21	27	29	36.8	38.3

English

→

Swahili

A

a, an* no equivalent
aardvark mhanga
about: about 20 kiasi cha
ishirini
  it's about 5 o'clock kiasi cha
  saa kumi na moja
  a film about Africa filamu
  kuhusu Afrika
above juu
abroad ng'ambo
absolutely (I agree) kabisa
absorbent cotton pamba
accelerator ekselereta
accept kubali
accident ajali
  there's been an accident
  kumetokea ajali
accommodation mahali pa
kukaa

Accommodation in
Tanzania and Kenya
ranges from campsites
and local lodging houses for a few
pounds a night to excellent luxury
hotels costing one hundred times as
much. Beds can also be found in
'tented camps' and 'tree hotels' at
the expensive end of the spectrum
and **bandas** (huts) and a few youth
hostels at the budget end.
see Boarding and Lodgings,
  campsite and hotel

accurate sahihi
ache maumivu

my back aches nina
maumivu mgongoni
across kuvuka
  across the road kuvuka njia
adapter edepta (K), adapta (T)
address anwani
  what's your address?
  anwani yako ni wapi?

All addresses in Kenya
and Tanzania have a post
office box number except
out in the sticks, where some are
just given as 'Private Bag', or 'P.O.',
followed by the location of the post
office. There's no home delivery
service. In large towns, business
and office addresses are usually
identified by the 'House' or 'Building'
in which they're situated.
A typical address is as follows:
MTW, Tourism Department (company
or person's name)
Utalii House (office or house)
Uhuru Highway (street)
P.O. Box 54666 (post office box)
Nairobi (town)

address book kitabu cha
  anwani
admission charge kiingilio
adult mtu mzima
advance: in advance
  kitangulizi
aeroplane ndege, eropleni
Africa Afrika
African (adj) kiafrika
  (noun) Mwafrika
after baada ya

after you tangulia tafadhali
after lunch baada ya chakula cha mchana
afternoon alasiri
  in the afternoon alasiri
  this afternoon leo alasiri
aftershave losheni ya 'aftershave'
aftersun cream krimu ya 'aftersun'
afterwards baadaye
again tena
against dhidi ya
age umri
ago: a week ago wiki iliyopita
  an hour ago saa moja iliyopita
agree kubali
  I agree nakubali
AIDS Ukimwi
air hewa
  by air kwa ndege
air-conditioning kirekebisha hewa
airmail barua za ndege
  by airmail kwa ndege
airmail envelope bahasha za barua za ndege
airplane ndege, eropleni
airport uwanja wa ndege
  to the airport, please kwenye uwanja wa ndege, tafadhali
airport bus basi la uwanja wa ndege
aisle seat kiti cha ujiani
alarm clock saa ya kengele
alcohol kileo

see **beer** and **spirits**
alcoholic yenye kulevya
all wote
  all the boys/girls watoto/wasichana wote
  all of it yote
  all of them wote
  that's all, thanks inatosha, asante
allergic: I'm allergic to ... ... inanidhuru
allowed: is it allowed? inaruhusiwa?
all right sawa
  I'm all right sina shida
  are you all right? una shida yoyote?
almond lozi
almost karibu
alone pekee
alphabet alfabeti

a	ah	n	en
b	beh	o	o
c	see	p	peh
ch	cheh	q	kyu
d	deh	r	reh
e	eh	s	es
f	feh	t	teh
g	geh	u	oo
h	heh	v	vee
i	ee	w	wah
j	jeh	x	eks
k	ka	y	yeh
l	el	z	zeh
m	em		

already tayari
also vilevile

although ingawa
altogether pamoja
always sikuzote
am*: I am mimi ni
am*: at seven am saa moja
 asubuhi
amazing (surprising)
 inashangaza
 (very good) nzuri sana
ambulance ambulensi
 call an ambulance! itisha
 ambulensi!

 For the ambulance
service in Kenya and
Tanzania dial 999.
Ambulances usually take ages to
arrive.
Kenya's Air Ambulance service
(which also operates in Tanzania)
offers evacuation by air to a
medical centre. You have to pay a
monthly or annual fee to get this
service.

America Amerika, Marekani
American (adj) –a
 Kimarekani, -a Kiamerika
 (noun) Mwamerika,
 Mmarekani
 I'm American mimi ni
 Mmarekani
among miongoni mwa
amount idadi
 (money) jumla
amp: a 13-amp fuse fyuzi ya
 ampea kumi na tatu
and na
angry kasirika

animal mnyama
ankle kifundo cha mguu
anniversary (wedding)
 ukumbusho
annoy sumbua
 this man's annoying me mtu
 huyu ananisumbua
annoying yenye kusumbua
another –ingine
 can we have another room?
 twaweza kupata chumba
 kingine?
 another beer, please biya
 nyingine, tafadhali
antelope palahala
antibiotics antibayotik
antifreeze kizuia ugandaji
antihistamine dawa ya
 mafua
antique kitu cha kizamani
 is it an antique? ni kitu cha
 kizamani?
antique shop duka la vitu
 vya kizamani
antiseptic antiseptik
any yoyote
 do you have any ...?
 una ...?
 sorry, I don't have any
 samahani, sina
anybody mtu yeyote
 **does anybody speak
 English?** kuna mtu yeyote
 asemaye Kiingereza?
 there wasn't anybody there
 hakukuwa na mtu yeyote
 huko
anything kitu chochote

dialogues

anything else? kitu chochote kingine?
nothing else, thanks sihitaji kingine, asante

would you like anything to drink? unataka kunya kitu chochote?
I don't want anything, thanks sitaki kitu chochote, asante

apart from mbali na
apartment fleti, ghorofa
apartment block jumba lenye fleti
apology kuomba radhi
appendicitis ugonjwa wa chango
appetizer kianzio
apple epul
appointment miadi

dialogue

good morning, how can I help you? habari za asubuhi, unahitaji huduma yoyote?
I'd like to make an appointment nataka kuweka miadi ya mkutano
what time would you like? unataka iwe saa ngapi?
three o'clock saa tatu
I'm afraid that's not possible, is four o'clock all right? nasikitika, haiwezekani, je saa kumi ni sawa?
yes, that will be fine ndiyo, sawa
the name was ...? jina ni nani ...?

apricot aprikoti
April Aprili, mwezi wa nne (T)
are*: we are sisi ni
 you are wewe ni
 they are wao ni
area eneo
area code namba ya jimbo la simu
arm mkono
arrange tayarisha
 will you arrange it for us? waweza kututayarishia?
arrival kuwasili
arrive (people) fika
 (things) wasili
 when do we arrive? tutafika lini?
 has my fax arrived yet? feksi yangu imeshawasili?
 we arrived today tumefika leo
art sanaa
art gallery jumba la sanaa
artist msanii
as kama
 as big as ni kubwa kama
 as soon as possible kwa haraka kama iwezekanavyo
ashtray eshtrei

ask omba
 (for something) taka
 I didn't ask for this sikutaka
 hii
 could you ask him to ...?
 waweza kumwomba ku ...?
asleep: she's asleep amelala
aspirin aspirini
asthma pumu
astonishing yenye
 kushangaza
at kwenye
 at the hotel kwenye hoteli
 at the station kwenye
 stesheni
 at six o'clock saa kumi na
 mbili
 at Maisara's kwa Maisara
athletics riadha
attractive inavutia
aubergine biringani
August Agosti, mwezi wa
 nane (T)
aunt (paternal) shangazi
 (maternal) mama mdogo
Australia Australia
Australian (adj) –a Kiaustralia
 (noun) Mwaustralia
 I'm Australian mimi ni
 Mwaustralia
automatic (adj) –a automatik
 (noun: car) gari ya automatik
autumn majira ya pukutiko
 la majani
 in the autumn katika majira
 ya pukutiko la majani
avenue barabara
average (not good) wastani
 on average kwa wastani

avocado parachichi
awake: is he awake? yu
 macho?
away: go away! ondoka!
 is it far away? ni mbali sana?
awful mbaya sana
axle ekseli

B

baboon nyani
baby mtoto mchanga
baby food chakula cha
 watoto wachanga
baby's bottle chupa ya
 kunyonyeshea
baby-sitter mlezi wa muda
back (of body) mgongo
 (back part) nyuma
 at the back nyuma
 can I have my money back?
 waweza kunirudishia pesa
 zangu?
 to come back kuja
 to go back kurudi
backache maumivu ya
 mgongo
bacon nyama ya nguruwe
bad –baya
 a bad headache maumivu
 mabaya ya kichwa
badly vibaya
bag mfuko
 (handbag) mkoba
 (suitcase) sutikesi
baggage mizigo
baggage checkroom ofisi ya
 kuweka mizigo

baggage claim eneo la kujipatia mizigo
bakery duka la mikate na keki
balcony roshani
 a room with a balcony chumba chenye roshani
bald –enye upara
ball (large) mpira
 (small) kipira
ballet dansi ya bale
balloon (hot air) baluni
ballpoint pen bolpeni
banana ndizi
band (musical) bendi
bandage bendeji
Bandaid® plasta
bank (money) benki

In Kenya, you can exchange cash or traveller's cheques at banks and at most large hotels (for a marginally poorer rate). In Tanzania, you are more likely to get a better exchange rate at foreign exchange bureaux. US dollars and British sterling are always the most acceptable and will cause the least delay. In Kenya, banks are usually open Mon–Fri 9am–3pm and Sat 9–11am, and in Tanzania Mon–Fri 8.30am–4pm and Sat 8.30am–1pm.

bank account akauti ya benki
bar baa
 a bar of chocolate chokoleti
barber's kinyozi
bargaining kupatana

dialogue

how much is this? hii bei gani?
that's too expensive ni ghali sana
how about a hundred shillings? utauza kwa shilingi mia moja?
I'll let you have it for one hundred and fifty shillings chukua kwa shilingi mia na hamsini
can you reduce it a bit more?/OK, it's a deal utapunguza tena kidogo/haya, sawa

Bargaining is an important skill to get into and you will quickly need to adopt the habit of discussing the price. With the exception of international-style shops, usually with marked prices, all goods are open to offer. Every time you pay an unreasonable price, you're contributing to local inflation. There are no hard rules about how much your opening offer should be. In some busy produce markets, to offer less than three-quarters of the asking price would provoke scorn, while in certain curio emporia in the Maasai country, you could be forgiven for suggesting ten per cent of the vendor's first price. Take account of three important principles: give yourself time, be good-humoured and never start negotiations if you're not seriously interested in the purchase.

basket kikapu
bath bafu
  can I have a bath? naweza kuoga?
bathroom bafu
  with a private bathroom – enye bafu ya faragha
bath towel taulo, taula
bathtub bafu
battery betri
bay ghuba
be* kuwa
beach pwani
  on the beach pwani
beach mat mkeka wa kutumia pwani
beach umbrella mwavuli wa kutumia pwani
beads shanga
beadwork nakshi ya shanga
beans maharagwe
  French beans maharagwe ya kifaransa
beard ndevu
beautiful -zuri
because kwa sababu
  because of ... kwa sababu ya ...
bed kitanda
  I'm going to bed now nakwenda kulala
bed and breakfast kulala na chakula cha asubuhi
  see **hotel**
bedroom chumba cha kulala
beef nyama ya ng'ombe

beer biya (K), bia (T)
  two beers, please biya mbili, tafadhali

In East Africa, the lager-style beer is generally good. **Tusker**, **White Cap** and Pilsner are the main brands, sold in half-litre bottles; the first two are also sold in 'export' size (1/3 litre). Tanzania's main brand of beer is **Safari**. A point of beer etiquette worth remembering: never take your bottle out of the bar, as bottles carry deposits and this is considered theft. You can sample **pombe**, a locally made type of beer, under many different names. It is as varied in taste and colour as its ingredients: basically fermented sugar and millet or banana, with herbs and roots for flavouring. The results are frothy and deceptively strong, and can cause you to change your plans for the rest of the day.

before kabla

beggars
Beggars are fairly common. Most are visibly destitute; many are cripples, lepers or homeless mothers with children. Some have regular pitches, others keep on the move. They are harassed by the police and often rounded up. People often give to the same beggar on a regular basis and alms-giving is a requirement of Islam.

begin anza
  when does it begin? inaana
  wakati gani?
beginner mwanagenzi
beginning mwanzo
  at the beginning mwanzoni
behind nyuma
  behind me nyuma yangu
Belgian (adj) -a Kibelgiji
Belgium Ubelgiji
believe amini
below chini
belt ukanda
bend (in road) yenye kupinda
berth (on ship) kitanda
beside: beside the ... kando
  ya ...
best bora kabisa
better bora zaidi
  are you feeling better?
  umepata nafuu sasa?
between baina ya
beyond mbele ya
bicycle baiskeli
big kubwa
  too big kubwa sana
  it's not big enough si kubwa
  ya kutosha
bikini bikini
bill bili
  (US: banknote) noti
  could I have the bill, please?
  naweza kupata bili,
  tafadhali?
bin pipa
binoculars darubini
bird ndege
birthday siku ya kuzaliwa
  happy birthday! furaha kwa

siku ya kuzaliwa!
biscuit biskuti
bit: a little bit sehemu ndogo
  a big bit sehemu kubwa
  a bit of ... sehemu ya ...
  a bit expensive ni ghali
bite (by animal, insect etc) uma

bites and cuts
Take care even over
minor bites and cuts. In
the tropics, the most trivial scratch
can quickly become a throbbing
infection if you ignore it. Take a
small tube of antiseptic with you.
Otherwise, there are all sorts of
potential bites, stings and rashes
which rarely, if ever, materialize.
Dogs are usually sad and skulking,
posing little threat. Scorpions and
spiders abound but are hardly ever
seen unless you deliberately turn
over rocks or logs: scorpion stings
are painful, but almost never fatal,
while spiders are mostly quite
harmless. Snakes are common but,
again, the vast majority are
harmless. To see one at all, you'd
need to search stealthily; walk
heavily and they obligingly
disappear.

bitter (taste etc) chungu
black nyeusi
blanket blanketi
bless you! (after sneezing) afya!
blind kipofu
blinds pazia
blister lengelenge

blocked zibika
blond (adj) 'blond'
blood damu
  high blood pressure presha ya damu
blouse blauzi
blow-dry kausha kwa blowa
  I'd like a cut and blow-dry kata na kausha nywele kwa blowa
blue buluu
  blue eyes macho ya buluu

Boarding and Lodgings
In any town, down to the very smallest, you'll always find Boarding and Lodgings. These can vary from a mud shack with water from the well, to a little multi-storey building of self-contained rooms with washing facilities, a bar and restaurant. Boarding and Lodgings tend to be noisy; they're sometimes rather airless, but the better ones are clean and comfortable.

Prices of rooms aren't always a good indication of the standard. Always try to bargain for a good price. It's worth checking several places, testing the hot water (if any), and asking to see the toilets; you won't cause offence by saying no thanks. Some places actually seal the doors of the rooms as a supposed guarantee of freshness: if they won't let you look because they'd have to reseal, you should try somewhere else. And, if the place seems noisy in the afternoon, it will probably become even noisier at night, so ask for a room away from the source of the din.

boarding house nyumba ya kupanga
boarding pass pasi ya kuingilia chomboni
boat boti
body mwili
boiled egg yai la kuchemsha
bone mfupa
bonnet (of car) boneti
book (noun) kitabu
  (verb) wekesha
  can I book a seat? naweza kuwekesha kiti?

dialogue

I'd like to book a table for two nataka kuwekesha meza kwa watu wawili
what time would you like it booked for? unataka iwekeshwe saa ngapi?
half past seven saa moja na nusu
that's fine sawa
and your name? jina lako nani?

bookshop, bookstore duka la vitabu
boot (footwear) kiatu
  (of car) buti
border (of country) mpaka
bored choshwa

I'm bored nemechoshwa
boring -enye kuchosha
born: I was born in
Manchester nilizaliwa
Manchester
I was born in 1960 nilizaliwa
mwaka elfu mia tisa na
sitini
borrow azima
may I borrow ...? naweza
kuazima ...?
both -ote mbili
bother: sorry to bother you
samahani kukusumbua
bottle chupa
a bottle of beer chupa moja
ya biya
bottle-opener kifungulia
chupa
bottom (of person) matako
at the bottom of ... (hill, street
etc) chini ya ...
box sanduku
box office ofisi ya kukatia
tiketi
boy mvulana
boyfriend rafiki wa kiume
bra sidiria
bracelet bangili
brake breki
brandy brandi
bread mkate
white bread mkate mweupe
brown bread mkate kahawia
wholemeal bread mkate wa
ngano
break (verb) vunja
I've broken the ...
nimevunja ...

I think I've broken my wrist
nafikiri nimevunjika
kifundo cha mkono
break down haribika
I've broken down gari langu
limeharibika
breakdown kuharibika

Distances between towns and villages are often vast, and it is advisable to carry enough water and supplies with you in your vehicle. Should you have a breakdown on the road, or an accident, the first thing to do is pile bundles of sticks or foliage fifty metres or so behind and in front of the car. These are the universally recognized 'red warning triangles' of Africa, and their placing is always scrupulously observed (as is the wedging of a stone behind at least one wheel).

breakdown service huduma
ya magari yaharibikayo
breakfast chakula cha
asubuhi
breast kifua
breathe vuta pumzi
breeze upepo
bridge (over river) daraja
brief -fupi
briefcase mkoba
bright (light etc) -enye nuru
bright red nyekundu
inayong'ara
brilliant (idea, person) -zuri sana
bring leta

bring back rejesha
 I'll bring it back later
 nitairejesha baadaye
Britain Uingereza
British –a Kiingereza
brochure brosha (K),
 kabrasha (T)
broken vunjika
bronchitis mkamba, ugonjwa
 wa kifua
brooch bruchi
broom ufagio
brother ndugu
brother-in-law shemeji
brown kahawia
bruise chubuka
brush burashi
 (for cleaning) ufagio
bucket ndoo
buffalo nyati
buffet car behewa la bafe
bug mdudu
buggy (for child) kichukulia
 watoto
building ujenzi
bulb (light bulb) balbu
bumper (of car) bampa la gari
bunk kitanda
bureau de change mahali pa
 kubadilishia pesa
 see **bank**
burglary wizi
burn (noun) mchomo
 (verb) unguza
burnt ungua
 this is burnt hii imeunguA
burst: a burst pipe paipu
 iliyopasuka
bus basi

what number bus is it to ...?
basi la namba gani
liendalo ...?
when is the next bus to ...?
wakati gani kuna basi
liendalo ...?
what time is the last bus?
basi la mwisho laondoka
wakati gani?

dialogue

does this bus go to ...?
basi hili linakwenda ...?
no, you need a number ...
hapana, unahitaji
namba ...

 Ordinary buses cover the whole of Kenya and Tanzania, getting you close to almost anywhere. Some, on the main runs between Dar es Salaam and Dodoma, are regular but usually overloaded; these and the buses that run between Arusha in Tanzania and Nairobi, and between Nairobi and Mombasa, and to a lesser extent the west, are fast, comfortable, and keep to schedules: you generally need to reserve seats on these a day in advance. The large companies have ticket offices near the bus stations in most towns, where they list their routes and prices. However, the bus parking bays are rarely marked and there may not be published timetables. The easiest procedure is to mention your destination to a few people at the bus park and then check out the torrent of offers. Keep asking – it's virtually impossible to get on the wrong bus. Once you've acquired a seat, you'll find that a continuous stream of vendors proffer their wares through the window. If you want something, ask one of them to get it for you; there'll be a tiny mark-up.

Public vehicles at the smaller end of the spectrum, that is, the Tanzanian (**daladala**) minibuses and the Kenyan (**matatu**) minibuses or pick-up vans, have a gruesome safety record and their drivers, on the whole, a breathtaking lack of road sense. But these vehicles are often the most convenient and sometimes the only means of transport to smaller places off the main roads. The best places to sit in a matatu/daladala are right at the back by the door or up near the cab, but it's a good idea to wear sunglasses if your face is near the front window – they sometimes shatter. Baggage charges are usually supplementary and have to be bargained over. Never pay more than half your fare for luggage – it should be a lot less. Some useful terms when travelling in Kenya are: 'stage' or 'stand' (the matatu yard); **manamba** or 'turn-boy' (the one whose job it is to tout for business and take the fares); and 'dropping' (getting off).

business biashara
bus station steseni ya basi
bus stop kituo cha basi
bust kifua
busy -enye shughuli nyingi
  I'm busy tomorrow nitakuwa na shughuli nyingi kesho
but lakini
butcher's duka la nyama
butter siagi
button kifungo
buy nunua
  where can I buy ...? naweza kununua wapi ...?
by: by bus/car kwa basi/gari
  written by ... imeandikwa na ...
  by the window karibu na dirisha
  by the sea karibu na bahari
  by Thursday ifikapo Alhamisi
bye kwa heri

C

cabbage kabeji
cabin (on ship) kebin
café mkahawa
cagoule koti la mvua
cake keki
cake shop duka la keki

 calendar
In Muslim communities the lunar Islamic calendar is followed, alongside the Gregorian one. The Muslim year has 354 days,

with 355 days eleven times every thirty years, so dates recede against the Western calendar by an average of eleven days each year. Only the month of fasting called **Ramadan**, and **Id ul Fitr** – the feast of relief at the end of it, which begins on the first sighting of the new moon – will have much effect on your travels. During Ramadan, most stores and restaurants are closed during daylight hours in smaller towns in Islamic districts. Public transport and official business continue as usual. **Maulidi**, the celebration of the prophet's birthday, is worth catching if you're on the coast at the right time.

The Islamic festivals are:

    Beginning of Ramadan
      (1st Ramadan)
    Id ul Fitr/Siku kuu ndogo
      (1st Shawwal)
    Id ul Hajji/Siku kuu kubwa
      (10th Dhu'l Hijji)
    New Year's Day (1st Moharem)
    Ashoura (10th Moharem)
    Maulidi/Mouloud (12th Rabial)
    see **public holiday**

call (verb) ita
  (to phone) piga simu
  what's it called? inaitwaje?
  he/she is called ... anaitwa ...
  please call the doctor mwite daktari, tafadhali
  please give me a call at 7.30am tomorrow niamshe saa moja u nusu kesho

asubuhi, tafadhali
  please ask him to call me mwambie anipigie simu, tafadhali
call back (phone back) piga simu
  I'll call back later nitapiga simu tena baadaye
call round pitia
  I'll call round tomorrow nitakupitia kesho
camcorder kamkoda
camel ngamia
camera kamera
camera shop duka la kamera
camp (verb) kupiga kambi
  can we camp here? tunaweza kupiga kambi hapa?
camping gas gesi ya kutumia kambini

camping safaris
Once in Kenya or Tanzania, choosing a safari company can be fairly hit-or-miss. Unless you have the luxury of a long stay, your choice will probably be limited by the time available. Remember, though, that you may be able to use this to your advantage; if you ask, many companies are willing to discount a trip in order to fill unsold seats if you're buying at the last minute. Some outfits will also give student discounts.

campsite kambi

Tanzania and Kenya have enough campsites to make it worthwhile carrying a tent, and camping wild is sometimes a viable option, too. Campsites in the parks are usually very cheap and basic. A handful of privately owned sites have more in the way of facilities. In rural areas, hotels are often amenable if you ask to camp discreetly in their grounds. Camping wild depends on whether you can find a suitable space. In the more heavily populated and farmed highland districts, you should ask someone before pitching in an empty spot. Out in the wilds, hard or thorny ground is likely to be the only obstacle.

During the dry seasons, you'll rarely have trouble finding wood for a fire so a stove is optional, but don't burn more fuel than you need. You're not allowed to collect firewood in the mountain parks. Camping gas cannisters and packaged, dried food are available in Nairobi, Arusha and Dar es Salaam, but the easiest and cheapest camping food is **ugali** (cornmeal porridge), which can be flavoured with curry powder or sauce mixes.

can (tin) mkebe
 a can of beer mkebe wa biya
can*: can you ...? unaweza ...?
 can I have ...? naweza kupata ...?
 I can't ... siwezi ...
 can we ...? tunaweza ...?
 he can't ... hawezi ...
Canada Kanada
Canadian Mkanada
 I'm Canadian mimi ni Mkanada
canal mfereji
cancel futa
candies peremende
candle mshumaa
canoe mtumbwi
canoeing kuendesha mtumbwi
can-opener kifugulia mkebe
cap (hat) kofia
 (of bottle) kizibo
car gari
 by car kwa gari
carburettor kabureta
card (birthday etc) kadi
 here's my (business) card kadi yangu hii
cardigan sweta
cardphone simu ya kutumia kadi
careful –enye hadhari
 be careful! tahadhari!
caretaker mlinzi
car ferry feri ya magari
carnival kanivali
car park maegesho ya magari
carpet zulia
car rental gari za kukodi

Renting a car has advantages over any other means of transport.

50

All the parks and reserves are open to private and rented vehicles (as well as organized tours), and there's a lot to be said for the freedom of choice that having your own wheels gives you. Unless there are more than two of you, though, it won't save you money over one of the cheaper camping safaris. Reputable car-rental firms also require a deposit, roughly equivalent to 20 per cent of the anticipated final charge. Credit cards are useful for this. There are one or two car-rental places in the smaller towns and along the coast but the only real choice is in Dar es Salaam, Arusha, Nairobi, Mombasa and Zanzibar. The minimum age is usually 23. Foreign driving licences are OK for up to three months; you're supposed to have them validated at a provincial headquarters, but few people seem to bother. Check the insurance details and always pay the daily collision damage waiver premium: even a small bump could be very costly otherwise.

Don't automatically assume the vehicle is roadworthy: have a good look at the engine and tyres, and don't set off without checking the spare (preferably two) and making sure you have a few vital tools. Ideally, always carry a tow rope, **panga**, spare water and fuel. Four-wheel drive is always useful but, except in mountainous areas and on some of the marginal dirt roads during periods of heavy rain, not essential. However few, if any, agencies will hire out non-4WD vehicles for use in the parks, and most park rangers will turn away such cars at the gate, regardless of the season.

see police

carriage (of train) behewa
carrier bag mfuko
carrot karoti
carry beba
carry-cot kibebea mtoto
carton katoni
carving kinyago
case (suitcase) sutikesi
cash (noun) pesa
(verb) badilisha
  will you cash this for me?
  waweza kunibadilishia hii?
cash desk kaunta ya keshia
cashew nuts korosho
cassette kaseti
cassette recorder
  kasetirikoda
castle ngome
casualty department wadi ya
  majeruhi
cat paka
catch (verb) pata
  where do we catch the bus to
  Mombasa? tunaweza kupata
  basi wapi kwenda
  Mombasa?
cathedral kanisa
Catholic (adj) -a Kikatoliki
cauliflower koliflawa
cave pango

Ca

caving kuingia mapangoni
ceiling dari
celery seleri (K), figili (T)
cemetery makabunini
centigrade sentigredi
centimetre sentimita
central -a katikati
central heating upashaji joto nyumba
centre katikati
  how do we get to the city centre? tunawezaje kufika katikati ya mji?
certainly hakika
  certainly not la hasha
chair kiti
change (noun: money) chenji
  (verb) badilisha
  can I change this for ...? naweza kubadilisha hii kwa ...?
  I don't have any change sina chenji
  can you give me change for a 500-shilling note? unaweza kunibadilishia noti ya shilingi mia tano?

dialogue

  do we have to change (trains)? ni lazima tubadilishe treni?
  yes, change at Kisumu ndiyo, badilisha huko Kisumu
  no, it's a direct train hapana, treni inakwenda moja kwa moja

changed: I have to get changed lazima nibadilishe nguo
charge (noun) malipo
  (verb) toza
charge card kadi ya malipo see credit card
cheap rahisi
  do you have anything cheaper? una chochote kilicho rahisi zaidi?
check (US: cheque) cheki, hundi
  (US: bill) bili
  (verb) cheki
  could you check the ..., please? unaweza kucheki ..., tafadhali?
  could I have the check, please? naweza kupata bili, tafadhali?
check in andikisha
  where do we have to check in? pa kujiandikisha ni wapi?
check-in kujiandikisha, chekin
cheek (on face) shavu
cheerio! kwa heri!
cheers! (toast) chiaz!, kwa afya yako!
cheese jibini
cheetah duma
chemist's duka la dawa
cheque cheki, hundi
  do you take cheques? naweza kulipa kwa cheki?
cheque book kijitabu cha cheki

cheque card kadi ya kuthibitisha cheki

cherry cheri

chest kifua

chewing gum ubani

chicken (bird) kuku
(meat) nyama ya kuku

chickenpox tetekuwanga

child mtoto
children watoto

child minder mwangalizi wa watoto

children's pool bwawa la watoto

children's portion sehemu ya watoto

chin kidevu

Chinese (adj) –a Kichina

chips chipsi
(US) krispu

chocolate chokoleti
milk chocolate chokoleti ya maziwa
plain chocolate chokoleti kahawia
a hot chocolate chokoleti i moto ya kunywa

cholera kipindupindu

choose chagua

Christian name jina la ubatizo

Christmas Krismasi, Noeli
Christmas Eve mkesha wa Krismasi
merry Christmas! furaha ya Krismasi!

church kanisa

cigar sigaa

cigarette sigara

cigarette lighter laita

cinema sinema

circle duara

city mji

city centre katikati ya mji

clean (adj) safi
(verb) safisha
can you clean these for me? unaweza kunisafishia hivi?

cleaning solution (for contact lenses) dawa ya kusafishia lenzi

cleansing lotion losheni ya kusafishia ngozi

clear angavu
(obvious) dhahiri

clever hodari

cliff genge

climbing kuparamia milima

cling film utando ganda

clinic kliniki

clock saa

close (verb) funga

dialogue

what time does the shop/ office close? hufunga duka/ofisi saa ngapi?
it closes at 8pm on weekdays and 6pm on Saturdays hufunga saa mbili usiku siku za kazi na saa kumi na mbili jioni Jumamosi
do you close for lunch? hufunga wakati wa chakula cha mchana?

yes, between 1 and
3.30pm ndiyo, baina ya
saa saba na saa tisa u nusu

closed (office) imefungwa
(shop) limefungwa
cloth kitambaa
clothes nguo

 Take cotton clothes and
good-quality trainers,
plus at least one really
warm sweater or, better still, a soft-
lined jacket with pockets. A cotton
jersey tracksuit is ideal for early-
morning game runs when you'll
often set off before sunrise. And,
even if you're on a shoestring, take
some nicer clothes to wear in
lodges: access is often difficult for
the ragged.
On the coast, where the majority of
the people are Muslim, you should
have regard for local sensibilities.
It's always best to dress in loose-
fitting garments: shirts with long
sleeves and skirts or trousers in the
towns. Swimming costumes are
best restricted to the beach and
poolsides. Suitably dressed and
hatted men, and often women, can
enter mosques, preferably after
seeking permission from the local
people if possible.

clothes line kamba ya
kuanikia nguo
clothes peg kibanio
cloud mawingu

cloudy kumetanda mawingu
clutch klachi
coach (bus) basi
(on train) behewa
coach station stesheni ya
mabasi
coach trip safari kwa basi
coast pwani
on the coast pwani
coat (long coat) koti
(jacket) jaketi
coathanger kitundikia nguo
cockroach mende
cocoa kakao
coconut nazi
code (for phoning) kode
what's the (dialling) code for
Arusha? kode ya simu ya
Arusha ni ipi?
coffee kahawa
two coffees, please
vikombe viwili vya
kahawa, tafadhali
coin sarafu
Coke® kokakola
cold baridi
I'm cold nahisi baridi
I have a cold nina mafua
collapse: he's collapsed
amezimia
collar ukosi
collect chukua
I've come to collect ...
nimekuja kuchukua ...
collect call simu ya kulipwa
na mpokeaji
college chuo
colour rangi
do you have this in other

colours? unayo hii ya rangi nyingine?
colour film filamu ya rangi
comb (noun) kitana
come wasili

dialogue

> where do you come from? unatoka wapi?
> I come from Edinburgh natoka Edinburgh

come back rudi
  I'll come back tomorrow nitarudi kesho
come in ingia
comfortable -a starehe
Comoros Islands visiwa vya Ngazija
compact disc diski
company (business) kampuni
compartment (on train) behewa
compass dira
complain lalamika
complaint malalamiko
  I have a complaint sikuridhika
completely kabisa
computer kompyuta
concert burudani la muziki
concussion mtikisiko wa ubongo
conditioner (for hair) kilainisha nywele
condom kondomu
conference mkutano
confirm thibitisha

congratulations! hongera!
connecting flight flaiti ya kuendeleza safari
connection (in travelling) uwezo wa kuendeleza safari
conscious -enye fahamu
constipation kutopata choo
consulate Ubalozi Mdogo
contact (verb) wasiliana
contact lenses (miwani)lenzi
contraceptive kikingamimba
convenient -enye kufaa
  that's not convenient si wakati unaofaa
cook (verb) pika
  not cooked haikupikika vyema
cooker jiko
cookie biskuti
cooking utensils vyombo vya kupikia
cool baridi kidogo
coral reef tumbawe
cork kizibo
corkscrew kizibuo
corner: on the corner kwenye kona
  in the corner katika kona
cornflakes konflak
correct (right) sahihi
corridor ujia
cosmetics vipodozi
cost (verb) gharimu
  how much does it cost? ni bei gani?
cot kibebea mtoto mchanga
cotton pamba
cotton wool pamba
couch (sofa) kochi

couchette kitanda katika treni

cough (noun) kikohozi

cough medicine dawa ya kikohozi

could: could you ...? unaweza ...?

could I have ...? naweza kupata ...?

I couldn't ... sikuweza ...

could we ...? tunaweza ...?

could she ...? anaweza ...?

country shamba

(nation) nchi

countryside shamba

couple (two people) wawili

a couple of ... ... chache

courgette mung'unye

courier tarishi

course (main course etc) mlo

of course bila ya shaka

of course not bila ya shaka sivyo

cousin binamu

cow ng'ombe

crab kaa

cracker (biscuit) biskuti

craft shop duka la sanaa

crash (noun) mgongano

I've had a crash nimepata ajali ya mgongano

crazy -enye wazimu

cream (in cake) krimu

(lotion) losheni

(colour) rangi ya malai

creche 'creche'

credit card kreditkadi, kadi ya malipo

do you take credit cards?

nikulipe kwa kreditkadi?

dialogue

can I pay by credit card? naweza kulipa kwa kreditkadi?
which card do you want to use? unataka kutumia kadi gani?
Access/Visa Ekses/Viza
yes, sir sawa, Bwana
what's the number? namba ya kadi?
and the expiry date? na tarehe ya kumalizikia?

Visa, American Express and Diners' Card are widely accepted for tourist services such as upmarket hotels and restaurants, flight safaris and car rental; Mastercard is less widely accepted. Abuse of credit cards is not uncommon. If you're paying a sum in shillings by credit card, make sure that the voucher specifies the currency before you sign. If it doesn't, it's all too easy for the vendor to fill in a dollar sign in front of the total after you've left.

crisps krispu

crockery vyombo vya kulia

crocodile mamba

crossing (by sea) kuvuka

crossroads njia (ya) panda

crowd kundi

crowded songana

crown (on tooth) kijazo cha jino
cruise (by ship) safari kwa meli
crutches mikongojo ya kwapani
cry (verb) lia
cucumber tango
cup kikombe
 a cup of ..., please kikombe kimoja cha ..., tafadhali
cupboard kabati
cure (verb) ponesha
curly –enye mawimbi
current (electrical) umeme
 (in water) mkondo
curtains mapazia
cushion takia
custom mila
Customs Forodha

 At the Customs benches, you will normally be asked if you have any photographic equipment, camcorders, cassette players and so on. Unless you're some kind of professional, with mountains of specialist gear, there shouldn't be any question of paying duty on personal equipment, though some Customs officers like to make notes of it all in your passport, to ensure it is re-exported. If you have friends in East Africa, however, and are taking presents for them, you are likely to have to pay duty if you declare the items.

cut (noun) mkato
 (verb) kata

I've cut myself nimejikata
cutlery vifaa vya kulia
cycling kupanda baisikeli

 Cycling can be one of the best ways of getting around East Africa: if you have the time and determination, you can get to parts of the region that would be hard to visit by any other means except perhaps on foot. It's also one way you will get to see wildlife outside the confines of the game parks. These days it's quite easy to buy a half-decent mountain bike in Nairobi, Arusha, Zanzibar or Dar es Salaam, as well as the traditional old-fashioned 28-inch roadsters from India. If you buy one of these three-speed heavyweights, you can then sell it at the end of your trip. There's a ready market for second-hand ones, which doesn't exist to anything like the same extent for mountain bikes.

cyclist mpanda baisikeli

D

dad baba
daily kila siku
damage (verb) haribu
 damaged –haribika
 I'm sorry, I've damaged this samahani, nimeihuaribu hii
damn! potelea mbali!
damp (adj) –a majimaji

dance (noun) dansi
(verb) kucheza dansi
would you like to dance?
ungependa kucheza dansi?
dangerous -enye hatari
Danish (adj) -a Kidenish
dark (adj) nyeusi
it's getting dark giza linaanza
kuingia
date* tarehe
what's the date today? ni
tarehe gani leo?
let's make a date for next
Monday miadi yetu iwe ni
Jumatatu ijayo
dates (fruit) tende
daughter mtoto wa kike
daughter-in-law mkwe
dawn alfajiri
at dawn alfajiri
day siku
the day after siku
inayofuatia
the day after tomorrow
kesho kutwa
the day before siku
iliyotangulia
the day before yesterday juzi
every day kila siku
all day mchana kutwa
in two days' time mnamo
siku mbili
have a nice day nakutakia
siku njema
day trip safari ya matembezi
dead -liokufa
deaf kiziwi
deal (business) patana
it's a deal tumekubaliana

death kifo
decaffeinated coffee kahawa
isiyokuwa na kafeini
December Desemba, mwezi
wa kumi na mbili (T)
decide amua
we haven't decided yet
hatujaamua bado
decision uamuzi
deck (on ship) deki
deckchair kiti cha
kujinyoshea
deep -enye kina
definitely bila shaka
definitely not sikubali hata
kidogo
degree (qualification) digrii
dehydrated -liokauka
delay (noun) kukawia
deliberately kwa makusudi
delicatessen duka la vyakula
tayari
delicious damu
deliver wasilisha
delivery (of mail) uwasilishaji
Denmark Denmark
dental floss nyuzi za
kusafishia meno
dentist daktari wa meno

dialogue

it's this one here ni hii
hapa
this one? hii?
no, that one hapana,
nataka ile
here hapa
yes ndiyo

dentures meno bandia
deodorant kiondoa harufu
  mbaya
department idara
department store duka la vitu
  anuai
departure kuondoka
departure lounge ukumbi wa
  kuondokea
depend: it depends
  inategemea
  it depends on ... inategemea
  juu ya ...
deposit (as security) amana
  (as part payment) rubuni
description maelezo
desert acha
dessert kimalizio
destination paishio safari
develop (film) safisha

dialogue

could you develop these
films? waweza kusafisha
filamu hizi?
yes, certainly ndiyo, bila
shaka
when will they be ready?
zitakuwa tayari lini?
tomorrow afternoon kesho
alasiri
how much is the four-hour
service? huduma ya saa
nne ni kiasi gani?

diabetic (noun) mgonjwa wa
kisukari

dial (verb) piga simu
dialling code kode ya simu

When calling from
Tanzania dial 00, or from
Kenya dial 011, then the
country number, followed by the
subscriber number, omitting the
initial zero:

Australia 61   New Zealand 64
Canada 1   UK 44
Ireland 353   USA 1

diamond almasi
diaper nepi
diarrhoea kuharisha
  do you have something for
  diarrhoea? una dawa ya
  kuzuia kuharisha?
diary kitabu cha
  kumbukumbu
dictionary kamusi
didn't* usifanye
  see not
die fariki
diesel dizeli
diet chakula maalumu
  (slimming) dayat
  I'm on a diet nimo katika
  dayat
  I have to follow a special diet
  inanibidi kula chakula
  maalumu cha dayat
difference tofauti
  what's the difference? kuna
  tofauti gani?
different tofauti
  this one is different hii ni
  nyingine

a different table meza
nyingine
difficult ngumu
difficulty ugumu
dinghy kihori
dining room chumba cha
kulia
dinner (evening meal) chakula
kikuu cha usiku
to have dinner kula chakula
kikuu cha usiku
direct (adj) moja kwa moja
is there a direct train? kuna
treni iendayo moja kwa
moja?
direction kuelekea
which direction is it?
kuelekea wapi?
is it in this direction? ni
kuelekea huku?
directory enquiries huduma
ya maulizo kwa simu

For the international
operator service in
Tanzania call 0900 or
0901 and call 0905 for
international directory enquiries. In
Kenya call 0196 for both these
services.

dirt uchafu
dirty chafu
disabled: disabled person
mlemavu
is there access for the
disabled? kuna nafasi ya
kupita walemavu?
disappear toweka

it's disappeared imepotea
disappointed kutoridhishwa
disappointing inasikitisha
disaster msiba
disco disko
discount kipunguzo cha bei
is there a discount? kuna
kipunguzo cha bei?
disease ugonjwa
disgusting inakirihisha
dish (meal) chakula
(bowl) bakuli
disk (for computer) 'disk'
disposable nappies/diapers
nepi za tumia-utupe
distance umbali
in the distance kwa mbali
distilled water maji ya
mvuke
district wilaya
disturb sumbua
diversion (detour) ugeuzaji wa
njia
diving kupiga mbizi
diving board ubao wa
kupigia mbizi
divorced: I'm divorced mimi
ni mtalaka
divorcé(e) mtalaka
dizzy: I feel dizzy nahisi
kizunguzungu
do (verb) fanya
what shall we do? tufanye
nini?
how do you do it?
unafanyaje?
will you do it for me? waweza
kunifanyia?

dialogues

how do you do?
hujambo?
nice to meet you
nimefurahi kuonana
nawe
what do you do? (work)
unafanya kazi gani?
I'm a teacher, and you?
mimi ni mwalimu, na
wewe je?
I'm a student mimi ni
mwanafunzi
**what are you doing this
evening?** unafanya nini
leo jioni?
**we're going out for a drink,
do you want to join us?**
tunakwenda
kujiburudisha kwa
vinywaji, unataka kuja
nasi?

do you want cream?
unataka krimu?
I do, but she doesn't
nataka, lakini yeye
hataki

doctor daktari
we need a doctor tunahitaji
daktari
please call a doctor tafadhali
mwite daktari
flying doctor huduma ya
daktari kwa ndege

dialogue

where does it hurt?
panapouma ni wapi?
right here hapa
does that hurt now?
panauma sasa hivi?
yes ndiyo
take this to the chemist
chukua hii uende duka
la madawa

 In all large towns in
Kenya and Tanzania,
there are some private
doctors who can be consulted in
their surgeries, or they can come to
you if you make an appointment.
Some surgeries are in the doctor's
house and these can be identified by
a plaque near the front door.

document waraka
dog mbwa
doll mtoto wa bandia
domestic flight safari za
ndege za ndani
donkey punda
don't!* usifanye!
 don't do that! usifanye hivyo!
 see **not**
door mlango
doorman bawabu
double maradufu
double bed kitanda cha watu
wawili
double room chumba cha
watu wawili

doughnut donati
down chini
  down here hapa chini
  put it down over there weka pale chini
  it's down there on the right ni pale upande wa kulia
  it's further down the road ni mbele zaidi njiani
downstairs chini
dozen darzeni
  half a dozen nusu darzeni
draught beer biya ya pipa
draughty: it's draughty kuna upepo baridi
drawer mtoto wa meza
drawing uchoraji
dreadful –baya sana
dream (noun) ndoto
dress (noun) nguo
dressed: get dressed! vaa nguo!
dressing (for wound) bendeji ya vidonda
  salad dressing kiungo cha saladi
dressing gown vazi la mapumziko
drink (noun: alcoholic) pombe (non-alcoholic) kinywaji (verb) kunywa
  a cold drink kinywaji baridi
  can I get you a drink? nikupatie kinywaji cha pombe?
  what would you like (to drink)? unataka kunywa nini?
  no thanks, I don't drink A'a,

asante, sinywi pombe
  I'll just have a drink of water nataka kunywa maji tu
drinking water maji ya kunywa
  is this drinking water? haya ni maji ya kunywa?
drive (verb) endesha
  we drove here tumekuja kwa gari hapa
  I'll drive you home nitakupeleka nyumbani kwa gari
driver dereva

driving
When driving, beware of unexpected rocks and ditches – and animals and people. On the road, it's accepted practice to honk your horn stridently to warn pedestrians. In Tanzania and Kenya traffic keeps to the left, and although standard international road signs are in use, you may not necessarily find them where you would normally expect a road sign. Sign-posting, while generally useful, is haphazard – especially on dirt roads. If a junction appears to lack a sign, it's assumed you'll keep to the busiest track. Beware of 'speed bumps' (especially in Kenya). Occasionally you'll see a sign like 'rumble strips ahead', but more usually the first you'll know of them is when your head hits the roof. They are found in rural areas wherever a busy road has been built through a

village, and on the roads in and out of nearly every large town. On the question of driving etiquette, it's common practice to flash oncoming vehicles, and to signal right to deter drivers behind from overtaking. You may find both practices disconcerting at first. Left indicator signals are used to say 'please overtake'.

driving licence leseni ya gari
drop: just a drop, please (of drink) nataka kidogo tu, tafadhali
drug (medicine) dawa
drugs (narcotics) madawa ya kulevya
drums ngoma
drunk (adj) amelewa
drunken driving uendeshaji gari wa kilevy
dry (adj) kavu
 (wine) isiyo tamu
dry-cleaner dobi
dry season kiangazi
duck (bird) bata
 (meat) nyama ya bata
due tarajiwa
 he was due to arrive yesterday alitarajiwa kuwasili jana
 when is the train due? treni inatarajiwa kuwasili wakati gani?
dull (pain) hafifu
 (weather) yenye mawingu
dummy (baby's) nyonyo bandia

during muda
dust vumbi
dustbin pipa la taka
dusty yenye vumbi
Dutch (adj) –a Kiholanzi
duty-free (goods) isiyolipiwa ushuru
duty-free shop duka liuzalo vitu bila ushuru
duvet mfarishi

E

each kila moja
 how much are they each? bei gani kila moja?
ear sikio
earache maumivu ya sikio
 I have earache nina maumivu sikioni
early mapema
 early in the morning asubuhi mapema
 I called by earlier nilipitia hapa kabla
earrings herini
east mashariki
 in the east mashariki
East Africa Afrika ya Mashariki
East African (adj) –a Afrika ya Mashariki
Easter Pasaka
eastern –a mashariki
easy rahisi
eat kula
 we've already eaten, thanks tumeshakula, asante

eating habits
In any **hoteli** (a small restaurant or café), there's always a number of predictable dishes intended to fill you up at the least cost. Potatoes, rice, plantains and **ugali** (a stiff cornmeal porridge) are the staples, eaten with chicken, goat, beef or vegetable stew, various kinds of spinach, beans or sometimes fish. Portions are usually gigantic: half-portions (ask for '**nusu**') aren't much smaller. But even in small towns, more and more cafés are appearing where most of the menu is fried – eggs, sausages, chips, fish, chicken and burgers.

In many restaurants, you can get a meal at almost any time during their opening hours, but proper breakfast time is usually 7–9.30am, lunch is served from noon to 2.30pm and the evening meal from 7 to 9.30pm. Breakfast varies widely. Stock hoteli fare consists of a cup of sweet tea and a doorstep of white bread, thickly spread with margarine. If you're staying at a luxury hotel or lodge, breakfast is usually a lavish hot and cold buffet. In the average mid-priced hotel, you'll get a full English-style breakfast.

Kenya's and Tanzania's seafood and meat are renowned. Game meat is a bit of a Kenyan speciality and you may get giraffe, zebra, impala, crocodile or ostrich on the menu. The standard feast for most Kenyans

is a huge pile of **nyama choma** (roast meat). This is usually eaten at a purpose-built nyama choma bar, with beer and music and sometimes **ugali** and spinach. You go to the kitchen and order by weight. There's usually a choice of beef or mutton. In some towns in Northern Tanzania there is a similar roast meat speciality but no purpose-built bars.

eau de toilette manukato ya msalani
ebony mpingo
economy class viti vya bei rahisi
egg yai
eggplant biringani
either mojawapo
 either ... or ... ama ... au ...
 either of them kimojawapo
eland pofu
elbow kiwiko
electric –a umeme
electrical appliances vifaa vya umeme
electrician fundi umeme
electricity umeme

Kenya's electricity supply is usually reliable and uses square, three-pin plugs on 220-240V. Only fancier hotels have outlets or shaver points in the rooms. In Tanzania, the electricity supply is on 230V and square three-pin or two-pin plugs are used.

elephant tembo, ndovu
elevator lifti
else: something else kitu
kingine
  somewhere else mahali
pengine

dialogue

> **would you like anything
> else?** unataka kitu
> chochote kingine?
> **no, nothing else, thanks**
> hapana, sitaki chochote
> zaidi, asante

email i–mail, 'email'
embassy Ubalozi
emergency dharura
  this is an emergency! hili ni
jambo la dharura!
emergency exit mlango wa
dharura
empty tupu
end (noun) mwisho
  at the end of the street
mwisho wa njia
  when does it end?
inamalizika wakati gani?
engaged (toilet, telephone)
inatumika
  (man/woman) poswa/posa
engine (car) injini
England Uingereza
English (adj) –a Kiingereza
  (language) Kiingereza
  I'm English mimi ni
Mwingereza
  do you speak English?

unaelewa Kiingereza?
enjoy furahia
  to enjoy oneself
kujifurahisha

dialogue

> **how did you like the film?**
> uliipenda filamu?
> **I enjoyed it very much –
> did you enjoy it?**
> nilifurahika nayo sana –
> je wewe ilikufurahisha?

enjoyable yafurahisha
enlargement (of photo) ukuzaji
wa picha
enormous kubwa sana
enough ya kutosha
  there's not enough haitoshi
  it's not big enough si kubwa
  that's enough inatosha
entrance mlango
envelope bahasha
epileptic (noun) mwenye
kifafa
equipment vifaa
error kosa
especially hususan
essential muhimu
  it is essential that ... ni
muhimu kwamba ...
Ethiopia Ithiopia, Uhabeshi
Ethiopian (adj) –a Kiithiopia

etiquette
Be warned that failure to
observe the following
points of etiquette can get you in

trouble. You should stand up in cinemas and on other occasions when the national anthem is playing. Stand still when the national flag is being raised or lowered in your field of view. Don't take photos of the President's flag (often seen on state occasions).

Pull off the road completely when scores of motorcycle outriders appear, then get out and stand by your vehicle. Never tear up a banknote, of any denomination. And don't urinate in public.

Europe Ulaya
European (adj) –a kizungu
even hata
  even if ... hata ikiwa ...
evening jioni
  this evening leo jioni
  in the evening jioni
evening meal chakula cha jioni
eventually mwishowe
ever wakati wo wote

dialogue

have you ever been to Serengeti? umepata kufika Serengeti?
yes, I was there two years ago ndiyo, nilikuwa huko miaka miwili iliyopita

every kila
  every day kila siku
everyone kila mtu

everything kila kitu
everywhere kila mahali
exactly! hasa!
exam mtihani
example mfano
  for example kwa mfano
excellent bora kabisa
  excellent! nzuri sana!
except ila
excess baggage mizigo iliyozidi uzito
exchange rate kima cha kubadilishia sarafu
exciting –a kusisimua
excuse me (to get past) samahani nipishe
  (to get attention, to say sorry) samahani
exhausted (tired) –choka kabisa
exhaust (pipe) paipu ya ekzosi
exhibition maonyesho
exit mlango wa kutokea
  where's the nearest exit? uko wapi mlango wa karibu wa kutokea?
expect tarajia
expensive ghali
experienced mwenye uzoefu
explain eleza
  can you explain that? unaweza kuelezea hayo?
express (mail) –a haraka
  (train) iendayo kasi
extension (telephone) ekstenshan
  extension 221, please ekstenshan mbibli, mbili,

moja, tafadhali
extra zaidi
can we have an extra one?
tunaweza kupata moja
zaidi?
do you charge extra for that?
unatoza malipo zaidi kwa
hiyo?
extraordinary –a ajabu
extremely kabisa
eye jicho
**will you keep an eye on my
suitcase for me?** tafadhali
nitazamie begi langu?

eye contact
Eye contact, or lack of it,
can be a source of
misunderstanding. In a traditional
social context, younger people
normally defer to their elders by
avoiding much direct eye contact. If
you ask directions of a young person
or try to have any kind of
conversation, you may get an oddly
shifty response, which may
nevertheless be polite and well-
meaning.

eyebrow pencil kitilia rangi
nyusi
eye drops dawa ya kusafisha
macho
eyeglasses miwani
eyeliner wanja wa kupaka
kwenye kope
eye make-up remover
kiondoa rangi za pambo
machoni

eye shadow rangi ya
kupambia macho

F

face uso
factory kiwanda
Fahrenheit Farenhaiti
faint (verb) zimia
she's fainted amezimia
I feel faint nahisi karibu
kuzimia
fair (funfair) ramsa
(trade) maonyesho ya
biashara
(adj) –a haki
fairly kwa kiasi
fake (noun) bandia
fall (verb) anguka
she's had a fall alianguka
fall (US) majira ya pukutiko
la majani
in the fall katika majira ya
pukutiko la majani
false –a uongo
family familia
fan (electrical) feni
(handheld) upepeo
(sports) mshabiki
fan belt ukanda wa feni
fantastic –a ajabu
far mbali

dialogue

is it far from here? ni
mbali kutoka hapa?
no, not very far hapana, si

mbali sana
well how far? basi ni
umbali gani?
it's about 20 kilometres
kama kilomita ishirini
hivi

fare (bus, rail etc) nauli
farm shamba
fashionable -a mtindo wa
kisasa
fast -a haraka
fat (person) -nene
   (on meat) shahamu
father baba
father-in-law baba mkwe
faucet mfereji
fault kosa
   sorry, it was my fault
   samahani, ilikuwa kosa
   langu
   it's not my fault si kosa langu
faulty ina dosari
favourite kipenzi
fax (noun) faksi
   (verb: person) kumpelekea
   faksi
   (document) kupeleka faksi
February Februari, mwezi
wa pili (T)
feel hisi
   I feel hot nahisi joto
   I feel unwell sijisikii vizuri
   I feel like going for a walk
   nataka kwenda kutembea
   how are you feeling?
   unajionaje?
   I'm feeling better napata
   nafuu

fence ua
fender (US: of car) bampa la
gari
ferry feri

 On the Tanzanian coast
there is a regular daily
ferry service by
hovercraft, hydrofoil and catamaran
between Dar es Salaam and
Zanzibar island; and also some boat
services to Mafia island, Mtwara and
Lindi. In Kenya the only regular
ferries of any importance are those
connecting the islands of the Lamu
Archipelago and sporadic services
between Mombasa and Zanzibar. On
Lakes Victoria, Tanganyika and
Nyasa, Tanzania Railways (TRC)
operate steamer services between
various ports.
Kenya Railways also operate small
ferries which churn around the
Winam Gulf and out to a couple of
islands on Lake Victoria. There is an
international passenger steamer
service between Mwanza (Tanzania),
Kisumu (Kenya) and Port Bell
(Uganda). Some commercial vessels
will also take passengers across the
lake.

festival sherehe
fetch leta
   I'll fetch him nitamleta
   **will you come and fetch me
   later?** unaweza kuja
   kunichukua baadaye?
feverish -enye kuhisi homa

few: a few chache
 a few days siku chache
fiancé(e) mchumba
field uwanja
fight (noun) mapigano
figs tini
fill in jaza
 do I have to fill this in? ni
 lazima nijaze hii?
fill up jaza kabisa
 fill it up, please tafadhali,
 jaza kabisa
filling (in cake, sandwich) vijazio
 (in tooth) kijazo
film filamu

dialogue

do you have this kind of
film? unayo filamu ya
aina hii?
yes, how many exposures?
ndiyo, unataka yenye
picha ngapi?
36 thalathini na sita

film processing kusafisha
 filamu
filter coffee kahawa ya
 kuchujwa
filthy chafu
find (verb) ona
 I can't find it sikioni kilipo
 I've found it nimekiona
find out tafuta
 could you find out for me?
 unaweza kunitafutia?
fine (weather) nzuri
 (punishment) faini

dialogues

how are you? hujambo?
I'm fine, thanks sijambo,
asante

is that OK? je ni sawa?
that's fine, thanks ni sawa,
asante

finger kidole
finish (verb) maliza
 I haven't finished yet
 sijamaliza bado
 when does it finish?
 inamalizika wakati gani?
fire moto
 (blaze) moto mkali
 fire! moto!
 can we light a fire here?
 tunaweza kuwasha moto
 hapa?
 it's on fire inawaka moto
fire alarm king'ora cha moto
fire brigade zimamoto

 Throughout Kenya and
Tanzania, dial 999 for the
fire brigade. They usually
take ages to arrive.

fire escape njia ya
 kuukimbia moto
fire extinguisher kizima moto
first –a kwanza
 I was first nilikuwa wa
 kwanza
 at first kwanza
 the first time mara ya

kwanza

first on the left ya mwanzo kushoto

first aid huduma ya kwanza

first-aid kit vifaa vya huduma ya kwanza

first-class (travel etc) kilasi ya kwanza

first floor ghorofa ya kwanza (US) ghorofa ya chini

first name jina la kwanza

fish (noun) samaki

fishing kuvua samaki

fishmonger's muuza samaki

fit (attack) ugonjwa wa ghafla

fit: it doesn't fit me hainifai

fitting room pa kujaribia nguo

fix (arrange) tengeneza

can you fix this? (repair) unaweza kuitengeneza hii?

fizzy drink soda

flag bendera

flannel kitambaa cha sufi

flash (for camera) taa ya kamera

flat (noun: apartment) fleti, ghorofa

(adj) tambarare

I've got a flat tyre tairi langu lina pancha

flavour ladha

flea kiroboto

flight safari kwa ndege, flaiti

flight number namba ya safari, namba ya flaiti

flippers viatu vya mabapa vya kuogelea

flood mafuriko

floor (of room) sakafu

(storey) ghorofa

on the floor sakafuni

florist muuza maua

flour unga

flower ua

flu 'flu'

fluent fasaha

he speaks fluent Swahili anasema Kiswahili fasaha

fly (noun) nzi

(verb) safiri kwa ndege

can we fly there? tunaweza kusafiri kwa ndege kule?

fly in wasili

fly out ondoka

fog ukungu

foggy: it's foggy kuna ukungu

folk dancing ngoma ya kimila

folk music muziki wa kimila

follow fuata

follow me nifuate

food chakula

food poisoning kudhurika kwa chakula

food shop/store duka la vyakula

foot (of person) mguu

(measurement) futi

on foot kwa miguu

football (game) soka, kandanda

(ball) mpira

football match mechi ya kandanda

for ya

do you have something for ... ? (headache/diarrhoea etc) una dawa ya ...?

dialogues

who's the biriani for?
biriani ya nani?
that's for me hiyo yangu
mimi
and this one? na hii je?
that's for her hiyo yake

where do I get the bus for
Magomeni? nitapata basi
wapi kwenda
Magomeni?
the bus for Magomeni
leaves from Mnara street
basi la kwenda
Magomeni laondokea
njia ya Mnara

how long have you been
here? umekuwapo hapa
kwa muda gani?
I've been here for two
days, how about you?
nimekuwapo hapa kwa
muda wa siku mbili, je
wewe?
I've been here for a week
nimekuwapo hapa kwa
muda wa wiki moja

forehead paji
foreign -geni
foreigner mgeni
forest msitu
forget sahau
 I forget nasahau

I've forgotten nimesahau
fork uma
 (in road) njia ya panda
form (document) fomu
formal (dress) rasmi
fortnight wiki mbili
fortunately kwa bahati nzuri
forward: could you forward my
mail? waweza kunipelekea
barua zangu?
forwarding address anwani
ya kupelekea barua
foundation cream krimu ya
kupaka kwanza
fountain chemchemu
foyer ukumbi
fracture (noun) mvunjiko
France Ufaransa
free huru
 (no charge) bure
 is it free (of charge)? ni
bure?
freeway barabara
freezer friza
French (adj) -a Kifaransa
 (language) Kifaransa
French fries chipsi
frequent mara kwa mara
 how frequent is the bus to
Mombasa? mara ngapi basi
linakwenda Mombasa?
fresh (fruit etc) -a kawaida,
freshi
fresh orange juice maji ya
machungwa safi
Friday Ijumaa
fridge friji
fried -a kukaanga
fried egg yai la kukaanga

friend rafiki
friendly kirafiki
from toka, kutoka
  **when does the next train
  from Arusha arrive?** treni
  ijayo kutoka Arusha
  inawasili wakati gani?
  from Monday to Friday toka
  Jumatatu hadi Ijumaa
  from next Thursday kuanzia
  Alhamisi ijayo

dialogue

> **where are you from?**
> unatoka wapi?
> **I'm from Slough** natoka
> Slough

front mbele
  in front mbele ya
  in front of the hotel mbele ya
  hoteli
  at the front upande wa
  mbele
frost baridi kali
fruit matunda
fruit juice juisi, maji ya
  matunda
frying pan kikaango
full iliojaa
  it's full of ... imejaa ...
  I'm full nimeshiba
full board malazi na chakula
fun: it was fun ilifurahisha
funeral mazishi, maziko
funny (strange) -geni
  (amusing) -a kuchekesha
furniture fanicha

further mbele zaidi
  it's further down the road
  mbele zaidi njiani

dialogue

> **how much further is it to
> Kilindini?** masafa gani
> zaidi mpaka Kilindini?
> **about 5 kilometres** kiasi
> cha kilomita tano

fuse fyuzi
  the lights have fused fyuzi
  imezimisha taa
fuse box kisanduku cha
  fyuzi
fuse wire waya wa fyuzi
future wakati ujao
  in future wakati ujao

G

gallon galoni
game (cards, match etc) mchezo
  (meat) nyama ya mawindo
game park mbuga ya
  wanyama
garage gereji

 When you have a
puncture, as you will, get
it mended straight away –
it costs very little and can be done
almost anywhere there are vehicles.
Local mechanics can apply creative
ingenuity to the most disastrous
situations, but spare parts, tools and

proper equipment are rare off the main routes. Always settle on a price before the work begins. And beware of scams and con artists: the 'oil leak' under your parked car still catches many people out.

garden bustani
garlic kitunguu saumu
gas gesi
  (US) petroli
gas can (US) kopo la petroli
gas cylinder (camping gas) silinda yenye gesi
gas-permeable lenses lenzi zipenyazo gesi
gas station kituo cha petroli
gate mlango
gay hanithi
gay bar baa ya mahanithi
gazelle swala
gearbox giaboksi
gear lever gialiva
gears gia
general (adj) kwa jumla
gents (toilet) choo cha wanaume, msalani (T)
genuine (antique etc) halisi
German (adj) -a Kijerumani
  (language) Kijerumani
Germany Ujerumani
get (obtain) pata
  (fetch) leta
  could you get me another one, please? waweza kuniletea nyingine, tafadhali?
  how do I get to ...? naweza kufika vipi ...?

do you know where I can get them? unajua naweza kupata wapi?

dialogue

can I get you a drink? nikupatie kinywaji?
no, I'll get this one, what would you like? hapana, nitakupatia, unataka kunywa nini?
a beer, please biya, tafadhali

get back (return) rudi
get in (arrive) wasili
get off shuka
  where do I get off? nishuke wapi?
get on (to train etc) panda
get out (of car etc) toka
get up (in the morning) amka
gift zawadi

 Ballpoint pens and postcards are about the only small items worth taking as gifts and can always be given to children. Off the beaten track, they'll be appreciated by many adults too, though few people will have an exaggerated idea of their real value. If you'll be travelling around or staying for some time and really want to prepare, get a large batch of photos of you and your family with your address on the back. You'll get lots of mail.

73

gift shop duka la vitu vya zawadi

gin jin

 a gin and tonic, please jin na toniki, tafadhali

giraffe twiga

girl msichana

girlfriend galfrendi, rafiki wa kike

give pa

 can you give me some change? waweza kunipa chenji?

 I gave it to him nimempa yeye

 will you give this to ...? waweza kumpa hii ...?

dialogue

 how much do you want for this? unataka kiasi gani kwa hii?

 I'll give you 300 shillings nitakupa shilingi mia tatu

give back rudisha

glad furahika

glass (material) kioo

 (for drinking) gilasi

 a glass of wine gilasi ya mvinyo

glasses miwani

gloves glavu

go -enda

 where are you going? unakwenda wapi?

 we'd like to go to the cinema tunataka kwenda sinema

 where does this bus go? basi hili linaendea wapi?

 let's go! twende zetu!

 hamburger to go hambaga ya kuchukua nje

 she's gone (left) amekwenda zake

 where has he gone? amekwenda wapi?

 I went there last week nilikwenda huko wiki iliyopita

go away nenda

 go away! nenda zako we!

go back (return) rudi

go down (the stairs etc) nenda chini

go in ingia

go out (in the evening) tembea

 do you want to go out tonight? unataka kutembea leo usiku?

go through pita

go up (the stairs etc) panda juu

goat (animal) mbuzi

 (meat) nyama ya mbuzi

God Mungu

goggles miwani kubwa ya kukinga macho

gold dhahabu

golf gofu

golf course uwanja wa gofu

good nzuri

 good! nzuri!

 it's no good haifai kitu

goodbye kwa heri

 (to more than one person) kwa herini

good evening habari za jioni
Good Friday Ijumaa Kuu
good morning habari za
asubuhi
good night usiku mwema,
alamsiki (T)
goose bata bukini
got*: we've got to leave
inatupasa kuondoka
have you got any ...? una ...?
government serikali
gradually polepole
gram(me) gramu
granddaughter mjukuu wa
kike
grandfather babu
grandmother bibi, nyanya
grandson mjukuu wa kiume
grapefruit balungi
grapefruit juice maji ya
balungi, juisi ya balungi
grapes zabibu
grass majani
grateful –enye shukrani
gravy rojo, mchuzi
great (excellent) safi kabisa,
nzuri sana
  that's great! ni safi kabisa!,
  ni nzuri sana!
  a great success mafanikio
  makubwa
Great Britain Uingereza
Greece Ugiriki
greedy mroho, mchoyo
Greek (adj) –a Kigiriki
green kijani
green card (car insurance) kadi
ya bima ya gari
greengrocer's duka la mboga

na matunda

greeting people
It is more or less essential
to greet anyone with
whom you are about to enter into a
conversation, no matter how brief.
Men normally shake hands on
meeting, even if they have seen
each other recently. If they are more
than casual acquaintances, it is
common for the handshake to
remain a friendly clasp, as they
continue to greet each other, long
after a Western handshake would
have finished. Women don't
generally shake hands unless they
know each other well, though
female tourists are often greeted as
if they were men.

grey rangi ya kijivu
grill (noun) chanja ya
kuchomea nyama
grilled iliyochomwa
grocer's duka la vyakula
ground chini
  on the ground chini
ground floor ghorofa ya chini
group kikundi
guarantee (noun) dhamana
  is it guaranteed? ina
  dhamana?
guava pera
guest mgeni
guesthouse nyumba ya
wageni
guide (person) mwongozi

It's very easy to fall prey to misunderstandings in your relations with people (usually boys and young men) who offer their services as guides or helpers. You should absolutely never assume anything is being done out of simple kindness. It may well be, but, if it isn't, you must expect to pay something. What you must never do, as when bargaining, is enter into an unspoken contract and then break it by refusing to pay for the service. If you're being bugged by someone whose help you don't need, just let them know you can't pay anything for their trouble. It may not make you a friend, but it always works and it's better than a row and recriminations.

guidebook kitabu cha kuwasaidia watalii
guided tour safari ya kuongoza watalii
guitar gitaa
gum (in mouth) ufizi
gun (rifle) bunduki (pistol) bastola

H

hair nywele
hairbrush brush ya nywele
haircut kukata nywele
hairdresser's (men's) kinyozi (women's) mtayatisha nywele
hairdryer kikausha nywele

hair gel jeli ya nywele
hairgrips pini za nywele
hair spray marashi maalumu ya nywele
half nusu
  half an hour nusu saa
  half a litre nusu lita
  about half that kiasi cha nusu
half board malazi na chakula mara mbili
half-bottle nusu chupa
half fare nusu ya nauli
half-price nusu ya bei
ham hemu
hamburger hambaga
hand mkono

The left hand is traditionally reserved for cleaning the private parts and should not be used for passing something to someone, especially not food. When eating with your fingers, you should use only your right hand.

handbag mkoba
handbrake breki ya mkono
handkerchief hankachifu
handle (on door) kipete (on suitcase etc) kishikio
hand luggage mizigo ya mkononi
hang-gliding urukaji angani kwa tiara
hangover hangova
  I've got a hangover nina hangova

GU

happen tokea
 what's happening? kuna
 nini?
 (what's going on?, what news?)
 habari gani?
 what has happened?
 kumetokea nini?
happy –a furaha
 I'm not happy about this
 sikufurahika na haya
harbour bandari
hard –gumu
hard-boiled egg yai la
 kuchemsha gumu
hard lenses lenzi ngumu
hardly chache
 hardly ever hata chembe
hardware shop duka la vifaa
hare sungura
hat kofia
hate (verb) chukia
have* pata
 (in past, future) kuwa na
 can I have a ...? naweza
 kupata ...?
 do you have ...? una ...?
 what'll you have? (to drink)
 unataka kunywa nini?
 I have to leave now lazima
 niondoke sasa
 do I have to ...? ni lazima
 ni-...?
 can we have some ...?
 tunaweza kupata ...?
hayfever kamasi ziletwazo na
 vumbi
hazelnuts hezelnat
he* yeye
head kichwa

headache maumivu ya
 kichwa
headlights taa za mbele za
 gari
headphones hedfoni

health
You should have tetanus
and polio boosters and
doctors usually recommend typhoid
jabs. Opinion is divided about
gamma-globulin (or immuno-
globulin) shots against hepatitis A.
To reduce the risk of hepatitis, be
extra careful about cleanliness and
in particular about contamination of
water.
Malaria is widespread throughout
east and central Africa, except in the
highlands. Protection against this
dangerous disease is essential. You
should start taking malaria tablets
before departure and don't forget to
continue taking them for the
prescribed time after you return. The
best precaution is to avoid being
bitten by the nocturnal, malaria-
carrying mosquitos; apply repellent
liberally every evening, and always
sleep under treated mosquito nets.
Bilharzia is a serious disease that
can be contracted from the merest
contact with infected still or slow-
moving water. The usual
recommendation is never to swim
in, wash with or even touch, lake
water that can't be vouched for. If
you feel major fatigue and pass
blood – the first symptoms of

bilharzia – see a doctor: it's curable.

healthy –a afya
hear sikia

dialogue

can you hear me?
unaweza kunisikia?
I can't hear you, could you
repeat that? siwezi
kukusikia, sema tena?

hearing aid kisaidizi usikivu
heart moyo
heart attack shtuko la moyo
heat joto
heavy –zito
heel (of foot, shoe) kisigino
could you heel these?
unaweza kuvitia visigino?
heelbar duka la kutengeneza
viatu
height (of person) kimo
(of mountain) urefu
helicopter helikopta
hello habari
(on the telephone) halo

 As a tourist you will hear
Swahili-speakers saying
jambo to you, meaning
'hello'. This is a short form of the
word **hujambo** (literally: how are
you), and is used only with
foreigners. Swahili-speakers never
use jambo with each other. A reply
of jambo would be expected of a
tourist; if you respond with the

correct form – **sijambo** (I'm fine) – it
will be assumed that you're
announcing your command of
proper Swahili.

helmet helmeti
help (noun) msaada
(verb) saidia
help! msaada!
can you help me? unaweza
kunisaidia?
thank you very much for your
help asante sana kwa
msaada wako
helpful –a msaada
hepatitis homa ya manjano
her* yeye
(possessive) –ake
I haven't seen her sijamwona
to her kwake
with her pamoja naye
for her kwa ajili yake
that's her ni yeye
that's her towel hiyo ni taulo
yake
herbal tea chai ya mimea
herbs viungo
herd kundi la wanyama
here hapa
here is ... hii hapa ...
here are ... hizi hapa ...
here you are haya chukua
hers* –ake
that's hers ni yake
hey! je vipi?
hi! (hello) habari!
hide (verb) ficha
high –juu
highchair kiti cha mtoto

mdogo
highway barabara
hill kilima
him* yeye
 I haven't seen him sijamwona
 to him kwake
 with him pamoja naye
 for him kwa ajili yake
 that's him ni yeye
hip nyonga
hippopotamus kiboko
hire kodi, kodisha (K)
 for hire ya kukodisha
 where can I hire a bike? naweza kukodi baiskeli wapi?
 see rent
his* -ake
 it's his car ni gari lake
 that's his ni yake
hit (verb) piga
hitch-hike omba lifti
hobby hobi
hog nguruwe
hold (verb) shika
hole shimo
holiday likizo
 on holiday likizoni
Holland Uholanzi
home nyumbani
 at home (in my house etc) nyumbani kwangu
 (in my country) nchini kwetu
 we go home tomorrow tutarejea kwetu kesho
honest aminifu
honey asali
honeymoon fungate

hood (US: of car) boneti
hope (verb) tumaini
 I hope so natumaini ni hivyo
 I hope not natumaini haitakuwa hivyo
hopefully kwa matumainio
horn (of car) honi
 (of animal) pembe
horrible -a kutisha, mbaya
horse farasi
horse riding kupanda farasi
hospital hospitali
hospitality ukarimu
 thank you for your hospitality asante kwa ukarimu wako
hot joto
 (spicy) kali
 I'm hot naona joto
 it's hot today kuna joto leo
hotel hoteli

 At the top end of the hotel range are the big tourist establishments. In the game parks they are known as lodges. Some establishments are extremely good value, but others are shabby and overpriced, so check carefully before splashing out. If possible you should reserve in advance for the more popular establishments, especially from December to February. Lodges in the top price brackets are normally quoted on a full-board basis, and prices can be extortionate. Upmarket city hotels quoted on a room only or bed and breakfast basis are more affordable. Coastal hotels and safari lodges cut their prices in the low season, April–June.

Between the upmarket hotels and the cheap lodging houses come all the medium-priced, middle-class places. Some of them were once slightly grand, others are old settlers' haunts that don't fit modern East Africa, and some newer ones are catering for the local middle class.

hotel room chumba cha hoteli
hot spring chemchemu ya maji ya moto
hour saa
house nyumba
hovercraft hovakrafti
how vipi
 how many? ngapi?
 how do you do? u hali gani?

dialogues

> **how are you?** hujambo?
> **fine, thanks, and you?** sijambo, asante, na wewe je?
>
> **how much is it?** ni kiasi gani?
> **300 shillings** shilingi mia tatu
> **I'll take it** nitanunua

humid -enye unyevunyevu
hungry -enye njaa
 are you hungry? una njaa?

hurry (verb) harakisha
 I'm in a hurry nina haraka
 there's no hurry hakuna haraka
 hurry up! fanya haraka!
hurt (verb) umiza
 it really hurts inaumiza sana
husband mume
hydrofoil motaboti ya haidrofoili
hyena fisi

I

I* mimi
ice barafu
 with ice na barafu
 no ice, thanks bila barafu, asante
ice cream aiskrimu
ice-cream cone koni ya aiskrimu
ice lolly aiskrimu kijitini
idea wazo
idiot mjinga
if ikiwa
ignition ignisheni
ill -gonjwa
 I feel ill naumwa
illness ugonjwa
imitation (leather etc) -a kuigiza
immediately bila kukawia
impala swala pala
important muhimu
 it's very important ni muhimu
 it's not important si muhimu
impossible -siowezekana

impressive –a kuvutia
improve endeleza vyema
　I want to improve my Swahili
　nataka kujiendeleza katika
　Kiswahili
in katika
　in my car katika gari langu
　in Nairobi mjini Nairobi
　it's in the centre iko katikati
　in two days from now
　mnamo siku mbili tokea
　sasa
　in five minutes mnamo
　dakika tano
　in May katika Mei
　in English kwa Kiingereza
　in Swahili kwa Kiswahili
　is he in? yuko ndani?
inch inchi
include tia pamoja na
　does that include meals? ni
　pamoja na chakula?
　is that included? hiyo imo
　pamoja?
inconvenient sumbufu
incredible nzuri sana
Indian (adj) –a Kihindi
Indian Ocean Bahari ya
　Hindi
indicator indiketa
indigestion kiungulia
indoor pool bwawa la ndani
　ya nyumba
indoors ndani ya nyumba
inexpensive isio ghali
infection ambukizo
infectious –enye kuambukiza
inflammation (on the body)
　uvimbe

informal –sio rasmi
information habari, maelezo
　do you have any information
　about ...? una habari yoyote
　kuhusu ...?
information desk maulizo
injection kupiga sindano
injured umizwa
　she's been injured ameumia
in-laws wakwe
inner tube (for tyre) mpira wa
　tairi
innocent –sio na hatia
insect mdudu
insect bite kuumwa na
　mdudu
　do you have anything for
　insect bites? una dawa ya
　kutibu maumo ya wadudu?
insect repellent dawa ya
　kujikinga na wadudu
inside ndani
　inside the hotel ndani ya
　hoteli
　let's sit inside tukae ndani
insist sisitiza
　I insist nasisitiza
insomnia kukosa usingizi
instant coffee kahawa ya
　unga
instead badala ya
　give me that one instead
　nipe hiyo badala yake
　instead of ... badala ya ...
insulin insulini
insurance bima
intelligent mwenye akili
interested: I'm interested
　in ... napendelea ...

interesting yavutia
  that's very interesting
  inavutia sana
international –a kimataifa
interpret tafsiri
interpreter mkalimani
interval (at theatre) kipindi cha
  mapumziko
into katika
  I'm not into ... simo katika ...
introduce julisha
  may I introduce ...? tafadhali
  nikujulishe na ...?
invitation mwaliko
invite alika
Ireland 'Ireland'
Irish –a Kiairish
  I'm Irish mimi ni Muairish
iron (for ironing) pasi
  can you iron these for me?
  unaweza kunipiga pasi hizi?
is* ni
Islamic –a Kiislamu
island kisiwa
it i-
  it is ... ni ...
  is it ...? je ni ...?
  where is it? iko wapi?
  it's him ni yeye
  it was ... ilikuwa ...
Italian (adj) –a Italia
  (language) Kitaliana
Italy Italia
itch mwasho
  it itches inawasha

J

jack (for car) jeki
jackal bweha
jacket jaketi
jam jamu, jemu
jammed: it's jammed
  imekwama
January Januari, mwezi wa
  kwanza (T)
jar (noun) gudulia
jaw taya
jazz jazi
jealous menye wivu
jeans jinzi
jellyfish kiwavi
jersey kitambaa cha sufu
jetty gati
jeweller's sonara
jewellery mapambo ya vito
Jewish –a Kiyahudi
job kazi
jogging: to go jogging kujogi
joke kichekesho
journey safari
  have a good journey! safari
  njema!
jug jagi
  a jug of water jagi la maji
juice juisi
July Julai, mwezi wa saba (T)
jump (verb) ruka
jumper sweta
jump leads waya za kuvutia
  umeme wa betri
junction makutano ya njia
June Juni, mwezi wa sita (T)
jungle msitu

just (only) tu
  just two mbili tu
  just for me kwa ajili yangu tu
  just here hapa tu
  not just now si sasa hivi
  we've just arrived ndiyo
  kwanza tumewasili

K

keep weka
  keep the change chukua
  chenji iliyobakia
  can I keep it? naweza
  kuchukua?
  please keep it chukua
  tafadhali
Kenya Kenya
Kenyan (adj) –a Kenya
  (noun) Mkenya
ketchup kechapu
kettle birika
key ufunguo
  the key for room 201,
  please ufunguo wa
  chumba mia mbili na noja,
  tafadhali
keyring kipete cha ufunguo
kidneys mafigo
kill (verb) ua
kilo kilo
kilometre kilomita
  how many kilometres is it
  to ...? kilomita ngapi
  mpaka ...?
kind (generous) karimu
  that's very kind ni jamala
  sana

dialogue

  which kind do you want?
  unataka aina gani?
  I want this/that kind
  nataka aina hii/hiyo

king mfalme
kiosk kiyoski
kiss (noun/verb) busu
kitchen jiko
Kleenex® tishu
knee goti
knickers chupi
knife kisu
knock (verb) gonga
knock down ponda
  he's been knocked down
  amepondwa
knock over angusha
know jua
  I don't know sijui
  I didn't know that sikujua
  hayo
  do you know where I can
  find ...? unajua mahali gani
  naweza kupata ...?

L

label kitambulisho
ladies' room, ladies' toilets
  choo cha wanawake
ladies' wear nguo za
  wanawake
lady bibi
lager laga
  see **beer**

lake ziwa
lamb (meat) nyama ya kondoo
lamp taa
lane (motorway) barabara (small road) njia
language lugha
language course masomo ya lugha
large kubwa
last -a mwisho
   last week wiki iliyopita
   last Friday Ijumaa iliyopita
   last night jana usiku
   what time is the last train to Tabora? treni ya mwisho kwenda Tabora ni wakati gani?
late chelewa
   sorry I'm late samahani nimechelewa
   the train was late treni ilichelewa
   we must go – we'll be late lazima twende – tutachelewa
   it's getting late wakati unazidi kupita
later baadaye
   I'll come back later nitarudi baadaye
   see you later nitaonana nawe baadaye
   later on baadaye
latest -a karibuni kabisa
   by Wednesday at the latest isichelewe zaidi ya Jumatano
laugh (verb) cheka

laundry (clothes) nguo za kufuliwa (place) kwa dobi

There are virtually no launderettes/laundromats in Kenya or Tanzania and it's usually simpler to wash your own clothes: you can buy packets of Omo soap powder, and things dry fast. Beware of New Blue Omo – it's very strong and wrecks clothes if you use it for long. Otherwise, there's often someone where you're staying who will be prepared to negotiate a laundry charge. Don't spread clothes on the ground to dry: they might be infested by tumbu fly, which lays its eggs in them for the larvae to hatch and burrow into your skin.

lavatory choo
law sheria
lawn uwanja wa majani mafupi
lawyer wakili
laxative haluli
lazy -vivu
lead (electrical) waya wa umeme (verb) ongoza
   where does this lead to? hii inaongozea wapi?
leaf jani
leaflet karatasi yenye matangazo
leak (noun) mvujo (verb) vuja
   the roof leaks paa linavuja

learn jifunza
least kidogo
  not in the least hata kidogo
  at least angalau
leather (adj) –a ngozi
leave (verb) ondoka
  I am leaving tomorrow
  nitaondoka kesho
  he left yesterday aliondoka
  jana
  may I leave this here?
  naweza kuiwacha hapa?
  I left my coat in the bar
  nimewacha koti langu
  katika baa
  when does the bus for Voi
  leave? basi la kwenda Voi
  laondoka wakati gani?
left kushoto
  on the left, to the left
  kushoto
  turn left pinda kushoto
  there's none left hakuna
  kilichobakia
left-handed mwenye
  kutumia mkono wa
  kushoto
left luggage (office) ofisi ya
  kuweka mizigo
leg mguu
lemon limau
lemonade soda ya limau
lemon tea chai ya limau
lend azima
  will you lend me your ...?
  waweza kuniazima ...-ako?
lens lenzi
leopard chui
lesbian msagaji

less –dogo
  less than isiozidi
  less expensive isio ghali
lesson somo
let (allow) ruhusu
  will you let me know?
  utaniarifu?
  I'll let you know nitakuarifu
  let's go for something to eat
  twende kula
let off acha
  will you let me off at ...?
  waweza kuniacha
  nishuke ...?
letter barua
  do you have any letters for
  me? una barua zozote
  zangu?
letterbox sanduku la barua
lettuce letis, saladi
lever wenzo
library maktaba
licence leseni
lid kifuniko
lie (verb: tell untruth) sema
  uongo
lie down lala
life maisha
lifebelt mkanda wa
  kujiokolea
lifeguard walinzi-okozi
life jacket jeketi-okozi
lift (in building) lifti
  could you give me a lift?
  waweza kunipa lifti?
  would you like a lift? nikupe
  lifti?
light (noun) taa
  (not heavy) nyepesi

do you have a light? (for cigarette) una kibiriti?
light green kijani hafifu
light bulb balbu
I need a new light bulb nataka balbu mpya
lighter (cigarette) kibiriti
lightning umeme
like (verb) penda, taka
I like it naipenda
I like going for walks napenda kwenda kutembea
I like you nakupenda
I don't like it siipendi
do you like ...? unapenda ...?
I'd like a beer nataka biya
I'd like to go swimming nataka kwenda kuogelea
would you like a drink? unataka kinywaji?
would you like to go for a walk? unataka kwenda kutembea?
what's it like? ni namna gani?
I want one like this nataka kama hii
lime ndimu
line (on paper) mstari
(phone) simu
could you give me an outside line? waweza kunipa laini ya nje?
lion simba
lips midomo
lip salve malhamu ya mdomo
lipstick rangi ya mdomo
liqueur mvinyo tamu sana

listen sikiliza
litre lita
a litre of white wine lita mjoa ya mvinyo nyeupe
little kidogo
just a little, thanks kidogo tu, asante
a little milk maziwa kidogo
a little bit more zaidi kidogo
live (verb) ishi
we live together tunaishi pamoja

dialogue

where do you live? unaishi wapi?
I live in London naishi London

lively -changamfu
liver (in body) ini
(food) maini
loaf mkate
lobby (in hotel) ukumbi
lobster kamba
local mahali pa wenyeji
can you recommend a local restaurant? unaona mkawaha gani bora mahali hapa?
lock (noun) kufuli
(verb) funga
it's locked imefungwa
lock in fungia ndani
lock out jifungia nje
I've locked myself out nimejifungia nje ya mlango
locker (for luggage etc) kabati

L:

lodge nyumba
lollipop lolipopu
London London
long –refu
  how long will it take to fix it? itachukua muda gani kutengeneza?
  how long does it take? inachua muda gani?
  a long time muda mrefu
  one day/two days longer siku moja/siku mbili zaidi
long-distance call simu ya mbali
look: I'm just looking, thanks natazama tu, asante
  you don't look well yaonesha hali yako si nzuri
  look out! angalia!
  can I have a look? naweza kutazama?
look after tunza
look at tazama
look for tafuta
  I'm looking for ... natafuta ...
look forward to ngojea kwa hamu
  I'm looking forward to it naingojea kwa hamu
loose (handle etc) –liolegea
lorry lori
lose poteza
  I've lost my way nimepotea njia
  I'm lost, I want to get to ... nimepotea, nataka kwenda ...
  I've lost my bag nimepoteza begi langu

lost property (office) ofisi ya vitu vilivyopotea
lot: a lot, lots nyingi, wengi
  not a lot si nyingi
  a lot of people watu wengi
  a lot bigger kubwa zaidi
  I like it a lot naipenda sana
lotion losheni
loud –enye sauti kubwa
lounge ukumbi
love (noun) mapenzi
  (verb) penda
  I love Africa naipenda Afrika
lovely –zuri
low –a chini
luck bahati
  good luck! bahati njema!
luggage mizigo
luggage trolley kigari cha mizigo
lump (on body) uvimbe
lunch chakula cha mchana
lungs mapafu
luxurious –a anasa
luxury anasa

M

machete panga
machine mashine
mad (insane) –enye wazimu
  (angry) –enye hamaki
Madagascar Madagaska
magazine gazeti
maid (in hotel) mtumishi wa kike
maiden name jina la ukoo
mail (noun) barua

(verb) peleka kwa posta
is there any mail for me?
kuna barua zangu?
see **postal service**
mailbox sanduku la barua
main muhimu
main course chakula
muhimu
main post office posta kuu
main road (in town) barabara
kuu
(in country) njia kuu
make (brand name) chapa
(verb) fanya
**I make it four hundred
shillings** ni shilingi mia
nne
what is it made of?
imeundwa kwa kitu gani?
make-up vipodozi
malaria 'malaria'
malaria pills dawa ya
'malaria'
man mtu
manager meneja
can I see the manager?
naweza kuonana na
meneja?
manageress meneja wa
kike
mango embe
mango juice maji ya embe
manual (car with manual gears)
ya mkono
many nyingi
not many si nyingi
map ramani
network map ramani ya
njia

Tanzanian and Kenyan
tourist offices abroad
tend to be thin on useful
maps and information, but they are
always worth visiting if you are
nearby. Try to buy maps in advance
abroad: with the exception of the
inexpensive Kenya Survey maps
they're usually cheaper.

March Machi, mwezi wa
tatu (T)
margarine majarini
market (noun) soko
marmalade mamaledi
married: I'm married (said by
man/woman)
nimeoa/nimeolewa
are you married? (said to
man/woman)
umeoa/umeolewa?
mascara wanja
mask kificha uso
match (football etc) mechi
matches kibiriti
material (fabric) kitambaa
matter: it doesn't matter
haidhuru
what's the matter? kuna
nini?
mattress godoro
Mauritius 'Mauritius'
May Mei, mwezi wa tano (T)
may: may I have another one?
unaweza kunipa nyingine?
may I come in? naweza
kuingia?
may I see it? naweza
kuiona?

may I sit here? naweza
kukaa hapa?
maybe labda
mayonnaise mayonezi
me* mimi
  that's for me hiyo ni yangu
  send it to me niletee
  me too mimi pia
meal chakula

dialogue

did you enjoy your meal?
umekipenda chakula?
it was excellent, thank you
kizuri sana, asante

mean (verb) maanisha
  what do you mean?
unamaanisha nini?

dialogue

**what does this word
mean?** neno hili maana
yake nini?
it means ... in English
maana yake ... kwa
Kiingereza

measles surua
  German measles surua ya
madoa mekundu
meat nyama
mechanic makanika
medicine dawa
medium (adj: size) wastani
medium-dry isiyo tamu sana

medium-rare isiyopikika sana
medium-sized –a wastani
meet kutana
  nice to meet you nimefurahi
kukutana nawe
  where shall I meet you?
nitakutanan nawe wapi?
meeting mkutano
meeting place mahali pa
kukutania
melon tikiti
men watu
mend tengeneza
  could you mend this for me?
waweza kunitengeza hii?
men's room choo cha
wanaume, msalani (T)
menswear nguo za kiume
mention (verb) taja
  don't mention it si kitu
menu menyu
  may I see the menu, please?
naweza kuona menyu,
tafadhali?
see **menu reader** page 189
message agizo
  **are there any messages for
me?** kuna maagizo yangu
yoyote?
  **I want to leave a message
for ...** nataka kuwacha
maagizo kwa ...
metal (noun) maadini
metre mita
midday adhuhuri
  at midday adhuhuri
middle kati
  in the middle katikati
  in the middle of the night kati

ya usiku
the middle one –a kati
midnight saa sita ya usiku
at midnight saa sita ya usiku
might: I might pengine
nitaweza
I might not pengine sitaweza
**I might want to stay another
day** huenda nikataka kukaa
siku moja zaidi
migraine maumivu ya kichwa
mild (taste) sio kali
(weather) sio baridi sana
mile maili
milk maziwa
millimetre milimita
minced meat minsi
mind: never mind usijali
I've changed my mind
nimebadili nia yangu

dialogue

**do you mind if I open the
window?** itakuudhi
nikifungua dirisha?
no, I don't mind la,
hainiudhi

mine* yangu
it's mine ni yangu
mineral water maji ya soda
minibus basi dogo
mints peremende
minute dakika
in a minute punde hivi
just a minute ngoja kidogo
mirror kioo
Miss Bi, Bibi

miss: I missed the bus
nimelikosa basi
missing –mepotea
one of my ... is missing
mmoja kati ya ... -angu -
mepotea
there's a suitcase missing
begi moja limepotea
mist umande
mistake (noun) kosa
I think there's a mistake
nafikiri kuna makosa
sorry, I've made a mistake
samahani, nimekosea
misunderstanding
kutoelewana
mix-up matatanisho
sorry, there's been a mix-up
samahani, kumetokea
matatanisho
mobile phone simu ya upepo
modern –a kisasa
moisturizer krimu ya
kunyesea ngozi
moment punde
I won't be a moment nitarudi
punde hivi
Monday Jumatatu
money pesa

Kenya, Tanzania and
Uganda all have shillings
as their currency, a
colonial legacy, now worth a small
fraction of their original value and of
little value abroad. The currencies of
other countries in the Swahili-
speaking area are also weak. Most
are subject to import-export controls,

so you will normally only be able to change money after arrival.

mongoose nguchiro
monkey tumbili
month mwezi
monument jengo la ukumbusho
moon mwezi
moped pikipiki ndogo
more* zaidi
  can I have some more water, please? waweza kunioneza maji kidogo, tafadhali?
  more expensive ghali sana
  more interesting yavutia sana
  more than 50 zaidi ya hamsini
  more than that zaidi ya hiyo
  a lot more nyingi

dialogue

would you like some more? unataka zaidi?
no, no more for me, thanks hapana, sihitaji zaidi, asante
how about you? na wewe je?
I don't want any more, thanks sihitaji zaidi, asante

morning asubuhi
  this morning leo asubuhi
  in the morning asubuhi
mosque msikiti
mosquito mbu
mosquito coil dawa ya mbu

mosquito net chandarua
mosquito repellent dawa ya kufukuza mbu
most* –ingi
  most interesting yavutia sana
  I like this one most of all napenda hii kuliko zote
  most of the time karibu wakati wote
  most tourists watalii wengi
mostly kwa kawaida
mother mama
mother-in-law mama mkwe
motorbike pikipiki
motorboat motaboti
motorway barabara
mountain mlima
  in the mountains milimani
mountaineering kupanda milima
mouse panya
moustache masharubu
mouth kinywa
move (verb) hama
  he's moved to another room amehamia chumba kingine
  could you move your car? waweza kuondoa gari lako?
  could you move up a little? waweza kusogea huko kidogo?
  where has it moved to? imehamishiwa wapi?
movie filamu
movie theater sinema
Mozambique Msumbiji
Mr Bwana
Mrs Bibi
Ms Bi, Bibi

much –ingi
much better afadhali sana
much worse mbaya sana
much hotter joto sana
not much si nyingi
not very much si nyingi sana
I don't want very much sitaki
nyingi sana
mud tope
mug (for drinking) kikombe
kikubwa
I've been mugged
nimeibiwa kwa nguvu
mum mama
mumps matumbwitumbwi
museum jumba la
makumbusho
see opening hours
mushrooms uyoga
music muziki
musician mwanamuziki
Muslim (adj) –a Kiislamu
mussels kome
must*: I must inanibidi
I mustn't drink alcohol
inanibidi kutokunywa
pombe
mustard haradali
my* yangu
myself mwenyewe
I'll do it myself nitafanya
mimi mwenyewe
by myself peke yangu

N

nail (finger) ukucha
(metal) msumari

nail varnish rangi ya kucha
name jina
my name's John jina langu
John
what's your name? jina lako
nani?
what is the name of this
street? njia hii inaitwaje?

You will come across a
wide variety of names in
Kenya and Tanzania,
depending on the ethnic origins of
the person concerned. On the coast,
the Arabic style is commonly used,
for example: Omar bin Salim (Omar
son of Salim), Fatma binti Said
(Fatma daughter of Said). Upcountry
names are more often Christianized,
for example: Gideon Kariuki, Rose
Nandwa.

napkin 'napkin'
nappy nepi
narrow (street) –embamba
nasty mbaya
national –a kitaifa
nationality uraia
national park mbuga ya taifa
natural –a kawaida
nausea kichefuchefu
navy (blue) buluu
near karibu
is it near the city centre? ni
karibu na katikati ya mji?
do you go near the tourist
office? unakwenda karibu
na ofisi ya utalii?
where is the nearest ...? ... –a

karibu sana iko wapi?
nearby karibu na
nearly karibu
necessary lazima
neck shingo
necklace kidani
necktie tai
need: I need ... nahitaji ...
  do I need to pay? inanibidi
  kulipa?
needle sindano
negative (film) negativu
neither: neither (one) **of them**
  si yoyote kati yao
  neither ... nor ... si ... wala ...
nephew mpwa wa kiume
net (in sport) wavu
Netherlands Uholanzi
never kamwe

dialogue

have you ever been to
Zanzibar? umepata kufika
Zanzibar?
no, never, I've never been
there hapana, sijapata
kufika huko kamwe

new mpya
news (radio, TV etc) habari
newsagent's duka la
  magazeti
newspaper gazeti
newspaper kiosk kibanda cha
  kuuzia magazeti
New Year Mwaka Mpya
  Happy New Year! furaha ya
  Mwaka Mpya!

New Year's Eve mkesha wa
  Mwaka Mpya
New Zealand Nyuziland
**New Zealander: I'm a New
  Zealander** mimi ni
  Mnyuziland
next –ingine
  **the next turning/street on
  the left** kona/njia ijayo
  kushoto
  at the next stop kwenye
  kituo kijacho
  next week wiki ijayo
next to karibu na
I'll tell you next time
  nitakwambia wakati
  mwingine
nice (food) kizuri
  (looks, view etc) nzuri
  (person) mzuri
niece mpwa wa kike
night usiku
  at night wakati wa usiku
  good night lala salama

dialogue

do you have a single room
for one night? una
chumba kimoja kwa
usiku mmoja?
yes, madam ndiyo, Bibi
how much is it per night?
bei gani kila usiku?
it's 30,000 shillings for one
night shilingi thalathini
elfu kila usiku
thank you, I'll take it
asante, nakubali

nightclub klabu ya burudani
nightdress vazi la kulalia
night porter bawabu
no hapana (on the coast) la
  I've no change sina chenji
  there's no ... left
  hakuna ... iliyobakia
  no way! haiwezekani kabisa!
  oh no! (upset) lahaula!
nobody hakuna mtu
  there's nobody there hakuna
  mtu kule
noise kelele
noisy -a kelele
  it's too noisy kuna kelele
  nyingi
non-alcoholic isio ya kileo
none hapana kitu
non-smoking compartment
  behewa la wasiovuta sigara
noon adhuhuri
  at noon adhuhuri
no-one hakuna mtu
nor: nor do I wala si mimi
normal -a kawaida
north kaskazini
  in the north kaskazini
  to the north upande wa
  kaskazini
  north of Zanzibar kaskazini
  ya Zanzibar
northeast kaskazini
  mashariki
northern -a kaskazini
Northern Ireland 'Ireland' ya
  Kaskazini
northwest kaskazini
  magharibi
Norway 'Norway'

Norwegian (adj) -a Kinorway
nose pua
not* siyo
  no, I'm not hungry hapana,
  sina njaa
  I don't want any, thank you
  sitaki yoyote, asante
  it's not necessary si lazima
  I didn't know that sikujua
  hayo
  not that one – this one siyo
  hiyo – ni hii
note (banknote) noti
notebook daftari
notepaper (for letters) karatasi
  ya kuandikia
nothing hakuna kitu
  nothing for me, thanks
  sihitaji kitu, asante
  nothing else hakuna zaidi
novel mpya
November Novemba, mwezi
  wa kumi na moja (T)
now sasa
number namba
  (figure) tarakimu
  I've got the wrong number
  nimekosea namba
  what is your phone number?
  namba yako ya simu ni ipi?
number plate bamba la
  namba ya gari
nurse (man/woman) muuguzi
  (woman) nesi
nuts njugu

O

occupied (toilet, telephone) inatumika
o'clock* saa
October Oktoba, mwezi wa kumi (T)
odd (strange) –geni
of* ya
off (lights) zimika
　it's just off Mnazi Mmoja Square ni karibu na uwanja wa Mnazi Mmoja
　we're off tomorrow tutaondoka kesho
offensive (language, behaviour) –a kuchukiza
office (place of work) ofisi
officer (said to policeman) ofisa
often mara nyingi
　not often si mara nyingi
　how often are the buses? mabasi huenda mara ngapi?
oil (for car, for salad) mafuta
ointment malhamu
OK sawa
　are you OK? uko sawa?
　is that OK with you? hivyo ni sawa kwako?
　is it OK to ...? ni sawa ku ...?
　that's OK, thanks ni sawa tu, asante
　I'm OK (nothing for me) nimetosheka
　(I feel OK) niko sawa
　is this train OK for ...? treni hii inakwenda ...?
　I said I'm sorry, OK?

nimesema samahani, sawa?
old (person) mzee
　(thing) kuukuu

dialogue

> **how old are you?** una umri gani?
> **I'm 25** ni miaka ishirini na tano
> **and you?** na wewe je?

old-fashioned –a zamani
old town (old part of town) mji wa kale (K), mji mkongwe (T)
　in the old town katika mji wa kale
omelette kiwanda (T), kimanda (K)
on* juu ya
　on the table juu ya meza
　on the street/beach njiani/pwani
　is it on this road? ni kwenye njia hii?
　on the plane katika ndege
　on Saturday Jumamosi
　on television kwenye televisheni
　I haven't got it on me sinayo
　this one's on me (drink) nitalipa mimi hii
　the light wasn't on taa ilikuwa haijawashwa
　what's on tonight? kuna nini leo usiku?
once (one time) mara moja
　at once (immediately) bila

kuchelewa
one* moja
 the white one hiyo nyeupe
one-way ticket tikiti ya
 kwenda tu
 a one-way ticket to ... tikiti
 ya kwenda tu ...
onion kitunguu
only tu
 only one moja tu
 it's only 6 o'clock ni saa
 kumi na mbili tu sasa
 I've only just got here
 nimefika sasa hivi tu
on/off switch swichi
open (adj) wazi
 (verb: door) fungua
 (of shop) liko wazi
 when do you open?
 unafungua saa ngapi?
 I can't get it open siwezi
 kufungua
 in the open air nje
opening hours wakati wa
 kufungua

In larger towns, the major
stores and tourist
services will be open
from 8am to 5 or 6pm; offices and
museums are open at similar times,
though offices will often break for
lunch. Banks and post offices are
generally open Monday to Friday
and sometimes Saturday mornings.
In rural areas and out in the bush,
small shops can be open at almost
any hour, and may double as **hotelis**
(cafés) or **chai** (tea) kiosks.

open ticket tikiti itumikayo
 baadaye
operation (medical) operesheni
operator (telephone) opereta
 see **directory enquiries**
opposite mkabala
 opposite my hotel mkabala
 na hoteli yangu
 the opposite direction upande
 unaokabilina na mwingine
 the bar opposite baa
 inayokabili
optician muuza miwani
or au
orange (fruit) chungwa
 (colour) rangi ya mchungwa
 fizzy orange soda ya
 machungwa
orange cordial kinywaji cha
 machungwa
orange juice maji ya
 machungwa
orchestra okestra
order (verb: in restaurant) agiza
 can we order now? twaweza
 kuagizisha chakula sasa?
 I've already ordered, thanks
 nimekwisha agizisha, asante
 I didn't order this sikuagiza
 hiki
 out of order imeharibika
ordinary -a kawaida
other -ingine
 the other one hiyo nyingine
 the other day hivi karibuni
 I'm waiting for the others
 nawangojea wengine
 do you have any others? una
 nyingine?

otherwise vinginevyo
our* yetu
ours* yetu
out: he's out ametoka
 three kilometres out of town
 kilomita tatu nje ya mji
outdoors -a nje
outside nje
 can we sit outside? twaweza
 kukaa nje?
oven oveni, joko
over: over here huku
 over there kule
 over 500 zaidi ya mia tano
 it's over imemalizika
**overcharge: you've
 overcharged me** umenitoza
 zaidi
overcoat koti kubwa
overland mail barua
 zitumwazo kikawaida
overnight (travel) usiku kucha
overtake pita
owe daiwa
 how much do I owe you?
 nikulipe kiasi gani?
own: my own ... ... -angu
 mwenyewe
 are you on your own? uko
 peke yako?
 I'm on my own ni peke
 yangu
owner mmilikaji

P

pack (verb) funga pamoja
 a pack of ... kifurushi cha ...

package (parcel) kifurushi
package holiday safari ya
 mpango wa jumla
packet pakiti
 a packet of cigarettes pakiti
 ya sigara
page (of book) ukurasa
 could you page Mr ...?
 waweza kumwita
 Bwana ...?
pain maumivu
 I have a pain here nahisi
 maumivu hapa
painful -enye kuumiza
painkillers dawa ya maumivu
paint (noun) rangi
painting picha ya kuchora
pair: a pair of ... jozi ya ...
Pakistani (adj) -a Kipakistani
palace jumba la mfalme
pale hafifu
palm tree mchikichi
pan sufuria
panties chupi
pants (underwear) chupi
 (US) suruali
pantyhose soksi ndefu
papaya papai
paper karatasi
 (newspaper) gazeti
 a piece of paper kipande
 cha karatasi
paper handkerchiefs
 hankachifu ya karatasi
parcel kifurushi
pardon (me)? (didn't
 understand/hear) samahani?
parents wazazi
parents-in-law wakwe

park (noun) bustani
 (verb) egesha
 can I park here? naweza
 kugesha gari hapa?
parking lot maegesho ya
 magari
part (noun) sehemu
partner (boyfriend, girlfriend etc)
 mwenzi
party (group) chama
 (celebration) tafrija
pass (in mountains) njia
passenger abiria
passport pasipoti
past*: **in the past** hapo zamani
 **just past the information
 office** ukishaipita tu ofisi ya
 habari
path njia
pattern sampuli
pavement 'pavement'
 on the pavement kwenye
 'pavement'
pay (verb) lipa
 can I pay, please? naweza
 kulipa, tafadhali?
 it's already paid for
 imeshalipiwa

dialogue

> **who's paying?** nani
> atalipa?
> **I'll pay** mimi nitalipa
> **no, you paid last time, I'll
> pay** hapana, ulilipa mara
> ya mwisho, nitalipa sasa

payphone kibanda cha simu

peaceful –a amani
peach pichi
peanuts njugu
pear (fruit) pea
peas njegere
peculiar (taste, custom) geni
peg (for washing) kibanio
 (for tent) kigingi
pen kalamu
pencil penseli
penfriend rafiki kwa barua
penicillin penisilini
penknife kisu cha kukunja
pensioner mpokeaji
 pensheni
people watu
 the other people in the hotel
 watu wengine katika hoteli
 too many people watu
 wengi sana
pepper (spice, vegetable) pilipili
 black pepper pilipili manga
peppermint (sweet)
 peremende
per: **per night** kila usiku
 how much per day? kiasi
 gani kila siku?
 per cent asilimia
perfect kamilifu
perfume manukato
perhaps labda
 perhaps not labda sivyo
period (of time) muda
 (menstruation) kuingia hedhi,
 kuingia mwezi
permit (noun) kibali
person mtu
personal stereo 'stereo' ya
 binafsi

Pa

petrol petroli

 It's not difficult to run out of petrol, so keep topping up. All towns and villages (except the very smallest) have petrol for sale, but if you're intending to do a lot of driving in a remote area you should definitely carry spare fuel in cans, especially in Tanzania, where distances can be vast between towns.

petrol can kopo la petroli
petrol station kituo cha petroli
pharmacy duka la dawa
phone (noun) simu
(verb) kupiga simu

 The local phone service in Kenya is generally dependable and inexpensive, though outside the big towns you can spend a long time waiting for a connection or passing the time of day with the operator. Landlines in Tanzania are not very reliable. Most businesses now also use mobile phones. There are only very few coin-operated phones in Tanzania, most of which also work with cards which you can buy in the phone company offices or in nearby stores. To make local phone calls from a call box, you need a good handful of shillings. When you pick up any payphone in Kenya you'll hear a sustained tone and, in the

background, a series of beeps. After five beeps you dial. Use the area code or dial 900 for the operator. In Tanzania the engaged tone is a high-pitched interrupted continuous tone, and the dialling tone is a continuous purring tone, while a high-pitched continuous tone means there is no service for the number. For the operator in Kenya, dial 900; for Tanzania, dial 900 to make a domestic call or 991 for domestic directory enquiries.

In both Kenya and Tanzania, you can phone from post offices; opening hours are usually 8am–5pm on weekdays; larger ones are open on Saturday mornings. Otherwise, you can usually phone from large hotels, but you'll pay up to twice the price for this facility.

The easiest and most economical way to make an international call from Kenya or Tanzania is to dial direct from a cardphone (found outside Extelcoms in Nairobi or Dar es Salaam and outside post offices in most large towns). The pre-paid, credit card-sized plastic phonecards used in them can in theory be bought at newsstands as well as at post offices. Cardphones are also useful for using a charge card from your own telephone company (they don't take ordinary credit cards). In the absence of a cardphone it's possible to make operator-assisted international calls from a main post office. When you ask for a stationto-station connection, you prepay for a specified number of minutes (minimum of three) and you get your money back if you fail to get through, but not if the conversation ends up taking less time than you expected, for example if you get through to an answerphone. If you want more minutes you have to specify how many – all very user-unfriendly. For person-to-person calls, where you specify a name, there's a supplementary charge equivalent to two minutes and a small charge if the person isn't in. International reverse-charge (collect) calls can be made in Kenya, but not in Tanzania; they cannot be made from call boxes.

phone book kitabu cha simu
phone box kibanda cha simu
phonecard kadi ya simu
phone number namba ya simu
photo picha
  excuse me, could you take a photo of us? samahani, waweza kutupiga picha?
  please can we take a photo of you? tunaweza kukupiga picha, tafadhali?

 When photographing people, you should accept that some kind of interaction and exchange are warranted. Taking the subject's name and address and sending a print when you get home is an

option that some people prefer, but it is decreasingly popular with subjects who look on the photo call as work and have fixed the rates they're prepared to accept. Blithely aiming at strangers is arrogant; it won't make you any friends and it may well get you into trouble.
On the subject of sensitivity, it's a bad idea to take pictures of anything that could be construed as strategic, including any military or police building, prisons, airports, harbours, bridges, official residencies and the President.

phrasebook kitabu cha maelezo ya lugha
pickpocket mwizi mchomoa mifuko
pick up: will you be there to pick me up? utakuwako huko ili kunichukua?
picnic mandari
picture picha
pie (meat) pai
  (fruit) andazi
piece kipande
  a piece of ... kipande cha ...
pig nguruwe
pill kidonge cha kuzuia mimba
  I'm on the pill natumia vidonge vya kuzuia mimba
pillow mto
pillow case foronya
pin (noun) pini
pineapple nanasi
pineapple juice maji ya

nanasi
pink rangi ya waridi
pipe (for smoking) kiko
  (for water) bomba
pity: it's a pity inasikitisha
pizza piza
place (noun) mahali
  at your place kwako
  at his place kwake

place names
A problem with East
African place names is
the vague use of names to denote a
whole district and, at the same time,
its nucleus, be it a small town, a
village, or just a cluster of
corrugated iron shops and bars.
Sometimes there'll be two such
focuses. They often move in a
matter of a few years, so what looks
like a junction town on the map
turns out to be away from the road,
or in a different place altogether. Ask
for the 'shopping centre' ('**penye
maduka ni wapi?**', literally: 'where
is the place with the shops?'), and
you'll usually find the local hive of
activity and the place with the name
you were looking for.

plain (not patterned) isio na
  marembo
plane ndege, eropleni
  by plane kwa ndege
plant mmea
plantation shamba
plasters plasta
plastic plastiki

  (credit cards) kadi ya malipo
plastic bag begi la plastiki
plate sahani
platform pletfomu, jukwaa
  **which platform is it for
  Kisumu?** pletfomu gani kwa
  treni ya Kisumu?
play (verb) cheza
  (noun: in theatre) mchezo
playground kiwanja cha
  michezo
pleasant -a kupendeza
please tafadhali
  yes, please ndiyo, tafadhali
  could you please ...?
  tafadhali, waweza ...?
  please don't tafadhali
  usifanye
pleased furahika
  pleased to meet you
  nimefurahi kuonana nawe
pleasure: my pleasure ni
  furaha yangu
plenty: plenty of ... ... nyingi
  sana
  there's plenty of time tuna
  wakati mwingi
  that's plenty, thanks inatosha
  sana, asante
plug (electrical, for car) plagi
  (in sink) kizibo
plumber fundi wa mifereji
pm*: at 4 pm saa kumi alasiri
poached egg yai la kutokosa
pocket mfuko
point: two point five mbili
  nukta tano
  there's no point hakuna
  sababu

points (in car) pointi za
  distributa
poisonous –enye sumu
police polisi
  call the police! mwite polisi!

Throughout Kenya and
Tanzania dial 999 for the
police. They usually take
ages to arrive.
In unofficial dealings, the police,
especially in remote areas, can go
out of their way to help you with
food, transport or accommodation.
Try to reciprocate. Police salaries
are low and they rely on unofficial
income to get by. Common ways of
exciting police interest are
infringement of currency laws and
drug possession, either of which will
land you a large fine and deportation
at least – don't expect to buy
yourself out of this kind of trouble.
Driving offences are less serious,
though being stopped at the fairly
frequent road checkpoints is
becoming increasingly common. It's
worth knowing that some forces
have speed-trap radar equipment
which they set up outside towns:
drive with caution as speed limits
are often vague.
If stopped for speeding, don't reach
into your purse: apologize, agree
that it's a pity you will have to go to
court, and wait to be sent on your
way with a caution (court
appearances are just work for all
concerned). It's worth knowing that

you may be asked to produce
evidence that your rented car has a
PSV licence as a 'passenger service
vehicle'. You should have a
windscreen sticker for this and
you're strongly advised to check it
out with the company before you
leave.

policeman polisi
police station stesheni ya
  polisi
policewoman polisi wa kike
polite pole, taratibu
polluted chafuka
pony farasi mdogo
pool (for swimming) bwawa
poor (not rich) masikini
  (quality) hafifu
pop music muziki wa kisasa
pop singer mwimbaji wa
  kisasa
popular ipendwayo na
  wengi
porcupine nungu
pork nyama ya nguruwe
port (for boats) bandari
porter (in hotel) bawabu
portrait picha
posh –a anasa
possible yawezekana
  is it possible to ...?
  yawezekana ku ...?
  as ... as possible
  kwa ... iwezekanavyo
post (noun: mail) barua
  (verb) tia posta
  could you post this for me?
  waweza kunitilia posta?

102

postal service
Stamps can be bought only at post offices and large hotels. There are main post offices in all the towns and sub-post offices throughout the rural areas. Prepaid aerograms are the cheapest way of writing home, but they tend to sell out quickly. If you want speedy delivery to addresses abroad, pay a little extra for express. Post office opening hours are usually 8am–5pm on weekdays; larger ones are open on Saturday mornings. There is no home delivery service: mail is usually collected by addressees from their private P.O. boxes.

Mail takes a few days to Europe and perhaps ten days to North America, Australia and New Zealand; times from these places to East Africa are slightly longer. Poste restante is free, and fairly reliable in Nairobi, Mombasa, Malindi, Lamu, Arusha, Dar and Zanzibar. Have your family name marked clearly, but look under any combination of initials and be ready to show your passport. Smaller post offices will also hold mail but your correspondent should mark the letter 'To Be Collected'. Parcels can be received too, but expect to haggle over import-duty payments when they're opened. Larger post offices have fax machines – or you can use a private fax bureau, where the rate will sometimes be cheaper. Charges for receiving faxes, however, are nominal.

postbox sanduku la posta
postcard postikadi
postcode postkodi
poster bango la tangazo
poste restante penye barua za wapokezi
post office posta
potato kiazi, mbatata
potato chips (US) krispu
pots and pans vyombo vya kupikia
pottery (objects) vyombo vya udongo
pound (money) pauni (weight) ratili
power cut kukatika kwa umeme
power point soketi
practise zoeza
 I want to practise my Swahili nataka kujizoeza kutumia Kiswahili
prawns kamba
prefer penda zaidi
 I prefer ... napenda zaidi ...
pregnant mwenye mimba
prescription (for medicine) cheti cha kupatia dawa
present (gift) zawadi
president (of country) rais
pretty nzuri
 it's pretty expensive ni ghali sana
price bei
priest kasisi
prime minister waziri mkuu

printed matter vitu
  vilivyochapishwa
prison jela
private –a binafsi
private bathroom bafu la
  binafsi
probably labda
problem tatizo
  no problem! hakuna tatizo!
program(me) (noun) programu
promise: I promise naahidi
**pronounce: how is this
  pronounced?** inatamkwaje
  hii?
properly (repaired, locked etc)
  vizuri
protection factor (of suntan
  lotion) kinga
Protestant Mprotestanti
public convenience choo
public holiday likizo la kitaifa

Public holidays, when all
official doors are closed,
are:
1 January (New Year's Day)
12 January (Zanzibar Revolution
  Day) (T)
Good Friday
Easter Monday
26 April (Union Day) (T)
1 May (Labour Day)
1 June (Madaraka Day, celebrating
  the granting of self-government
  in 1960) (K)
8 August (Peasants' Day) (T)
10 October (Moi Day) (K)
20 October (Kenyatta Day, the
  anniversary of Kenyatta's

imprisonment) (K)
9 December (Independence Day)
  (T)
12 December (Jamhuri Day, or
  Independence Day) (K)
Christmas Day
Boxing Day

pudding (dessert) pudin
pull vuta
pullover sweta
puncture (noun) pancha
purple rangi ya zambarau
purse (for money) pochi
  (US: bag) mkoba
push sukuma
put weka
  where can I put ...? niweke
  wapi ...?
  **could you put us up for the
  night?** waweza kutupa
  malazi kwa usiku huu?
pyjamas pajama

Q

quality sifa
quarantine karantini
quarter robo
quayside: on the quayside
  upande wa gatini
question swali
queue (noun) mlolongo
quick haraka
  be quick fanya haraka
  that was quick umefanya
  upesi
  what's the quickest way

there? njia gani ya kufika
upesi kule?
fancy a quick drink? unataka
kinywaji kidogo?
quickly upesi
quiet (place, hotel) kimya
quiet! nyamaza!
quite (fairly) kiasi
(very) kabisa
that's quite right sawa kabisa
quite a lot nyingi

R

rabbit sungura
race (for runners, cars)
mashindano ya mbio
racket (tennis, squash) raketi
radiator redieta
radio redio
on the radio kwenye redio
rafting kuendesha chelezo
rail: by rail kwa reli
railway njia ya reli
rain (noun) mvua
in the rain katika mvua
it's raining mvua inanyesha
raincoat koti la mvua
rainy season majira ya mvua
rape (noun) kunajisi
rare (uncommon) isiyo ya
kawaida
(steak) isiyopikika sana
rash (on skin) upele
raspberry rasiberi
rat panya
rate (for changing money) kiasi
rather kidogo

it's rather good ni nzuri
kidogo
I'd rather ... ningependa ...
razor wembe
(electric) mashini ya
kunyolea
razor blades nyembe
read soma
ready tayari
are you ready? uko tayari?
I'm not ready yet si tayari
bado

dialogue

when will it be ready?
itakuwa tayari wakati
gani?
it should be ready in a
couple of days itakuwa
tayari mnamo siku
chache hivi

real halisi
really kwa kweli
I'm really sorry nasikitika
sana
that's really great nzuri sana
really? (doubt) ati kweli?
(polite interest) ni kweli?
rear lights taa za nyuma
rearview mirror kioo cha
kutazamia nyuma
reasonable (prices etc) –a kiasi
receipt risiti
recently hivi karibuni
reception (in hotel) mapokezi
(for guests) mapokezi ya
wageni

at reception kwenye mapokezi

reception desk sehemu ya mapokezi

receptionist mpokea wageni

recognize tambua

recommend shauri

could you recommend ...? waweza kunishauri kuhusu ...?

record (music) rikodi

red -ekundu

red wine mvinyo nyekundu

refund (noun) kurejeshewa pesa

can I have a refund? naweza kurejeshewa pesa?

region mkoa

registered: by registered mail kwa rejesta

registration number namba ya kusajiliwa

relative (noun) jamaa

religion dini

remember kumbuka

I don't remember sikumbuki

I remember nakumbuka

do you remember? unakumbuka?

rent (noun/verb) kodi

for rent ya kukodisha

dialogue

I'd like to rent a car nataka kukodi gari

for how long? kwa muda gani?

two days siku mbili

this is our range magari yetu ni ya aina hii

I'll take the ... nitachukua ...

is that with unlimited mileage? hii ni bila ya kikomo cha maili?

it is ndiyo

can I see your licence, please? naweza kuona leseni yako, tafadhali?

and your passport na pasipoti yako

is insurance included? ni pamoja na bima?

yes, but you pay the first 50,000 shillings ndiyo, lakini utalipa shilingi hamsini elfu kwanza

can you leave a deposit of 70,000 shillings? unaweza kuweka rubuni ya shilingi sabini elfu?

rented car gari la kukodi

repair (verb) tengeneza

can you repair it? unaweza kuitengeneza?

repeat sema tena

could you repeat that? waweza kusema tena?

reservation kuwekesha

I'd like to make a reservation nataka kuwekesha chumba

dialogue

I have a reservation niliwekesha chumba

yes sir, what name please?
ndiyo Bwana, jina gani,
tafadhali?

reserve (noun: for wildlife)
mbuga ya wanyama
(verb) wekesha

dialogue

can I reserve a table for
tonight? naweza
kuwekesha meza kwa leo
usiku?
yes madam, for how many
people? ndiyo Bibi, kwa
watu wangapi?
for two kwa watu wawili
and for what time? kwa
wakati gani?
for eight o'clock saa mbili
and could I have your
name please? jina lako ni
nani, tafadhali?
see alphabet for spelling

rest (verb) pumzika
I need a rest nahitaji
kupumzika
the rest of the group
wengine katika kikundi
restaurant mkahawa
restaurant car behewa la
chakula
rest room choo (K), msalani
(T)
retired mstaafu
I'm retired nimestaafu
return (verb) rudi

a return to ... tikiti ya
kwenda na kurejea ...
return ticket tikiti ya kwenda
na kurejea
see ticket
reverse charge call malipo
kwa mpigiwa simu
reverse gear gia ya
kurudishia nyuma
revolting yachukiza
rhinoceros kifaru
rib ubavu
rice (uncooked) mchele
(cooked) wali
rich (person) tajiri
(food) enye utamu
ridiculous -a kuchekwa
riding kupanda
right (correct) sawa
(not left) kulia
you were right uliyosema ni
kweli
that's right ni kweli
this can't be right haiwezi
kuwa kweli
right! sawa!
is this the right road for ...?
hii ndiyo njia ya
kwenda ...?
on the right upande wa kulia
to the right kuelekea kulia
turn right pinda kulia
right-hand drive yenye
usukani upane wa kulia
ring (on finger) pete
I'll ring you nitakupigia simu
ring back rejeshea kupigia
simu
ripe (fruit) wiva

rip-off: it's a rip-off ni wizi mtupu
  rip-off prices bei kubwa ya udanganyifu
risky -a hatari
river mto
road njia
  is this the road for ...? hii ndiyo njia ya kwenda ...?
  down the road njiani
road accident ajali ya barabarani
road map ramani ya njia
rob ibia
  I've been robbed nimeibiwa vitu
rock jabali (music) roki
  on the rocks (with ice) pamoja na barafu
roll (bread) mkate
roof paa
roof rack chanja ya gari
room chumba
  in my room katika chumba changu

dialogue

do you have any rooms? una nafasi ya vyumba?
for how many people? kwa watu wangapi?
for one/for two kwa mmoja/wawili
yes, we have rooms free ndiyo, tuna nafasi ya vyumba
for how many nights will it be? itakuwa kwa siku ngapi?
just for one night kwa usiku mmoja tu
how much is it? ni bei gani?
... with bathroom and ... without bathroom ... chenye bafu na ... bila ya bafu
can I see a room with bathroom? naweza kukiona chumba chenye bafu?
OK, I'll take it sawa, nakitaka

room service huduma ya vyumbani
rope kamba
rosé (wine) mvinyo ya 'rosé'
roughly (approximately) takriban
round: it's my round ni zamu yangu
round-trip ticket tikiti ya kwenda na kurejea
  a round-trip ticket to ... tikiti ya kwenda na kurejea ...
route njia
  what's the best route? ni njia gani bora?
rubber (material) mpira (eraser) raba
rubber band elastiki
rubbish (waste) takataka (poor-quality goods) ghafi
  rubbish! (nonsense) upuuzi!
rucksack shanta
rude jeuri

ruins magofu
rum ramu
  rum and Coke® ramu na
  kokakola
run (verb: person) kimbia
  how often do the buses run?
  mabasi yanakwenda mara
  ngapi?
  I've run out of money
  nimeishiwa na pesa

S

sad -a huzuni
saddle (for horse) tandiko
  (for bike) kibao
safari safari
  air safari safari kwa ndege
  balloon safari safari kwa
  baluni
  camel safari safari kwa
  ngamia
  camping safari safari ya
  makao kambini
  minibus safari safari kwa
  basi dogo

It is relatively unusual to
be able to visit a national
park using local transport.
Parks located close to large towns
can in some instances be feasibly
visited by taxi for a few hours. In a
few notable cases it is also possible
to hike into those national parks,
where large predators are
uncommon. For the big, and more
remote, parks, however, there are
normally two options: self-driving,
either with or without a ranger
picked up at the entrance gate; or
booking on an organized safari from
the nearest city. Unless you are in a
group, you will generally save
money on an organized trip.
Accommodation can be in lodges,
tented camps or do-it-yourself
camping at approved sites.

safe (not in danger) salama
  (not dangerous) -siodhuru
safety pin pini
sail (noun) tanga
sailboard (noun) bao lenye
  tanga
sailboarding kupanda bao
  lenye tanga
salad saladi
salad dressing viungo vya
  saladi
sale: for sale inauzwa
salmon samon
salt chumvi
same: the same kama
  the same as this kama hii
  the same again, please kama
  ile tena, tafadhali
  it's all the same to me ni
  mamoja kwangu
sand mchanga
sandals viatu vya ndara
sandwich sadwichi
sanitary napkins/towels
  milembe
sardines sadini
Saturday Jumamosi
sauce sosi

saucepan sufuria
saucer kisahani
sauna sauna
sausage soseji
say (verb) sema
  how do you say ... in Swahili?
  unasemaje ... kwa
  Kiswahili?
  what did he say? alisema
  nini?
  she said ... alisema ...
  could you say that again?
  waweza kusema tena hayo?
scarf skafu
scenery mandhari
schedule (US) ratiba
scheduled flight safari kwa
  ndege ya ratiba
school skuli (K), shule (T)
scissors mkasi
scooter skuta
scorpion nge
scotch wiski
Scotch tape® selotepu
Scotland Uskochi
Scottish –a Kiskochi
  I'm Scottish mimi ni
  Mskochi
scrambled eggs mayai ya
  kuvuruga
scratch (noun) mkwaruzo
sea bahari
  by the sea karibu na bahari
seafood restaurant mkahawa
  wa viliwayvo kutoka
  baharini
seafront eneo karibu na
  bahari
  on the seafront kwenye

eneo karibu na bahari
search (verb) pekua
seasick: I feel seasick nahisi
  kichefuchefu
  I get seasick huhisi
  kichefuchefu
seaside ufukwe
  by the seaside ufukweni
seat kiti
  is this seat taken? kiti hiki
  kina mtu?
seat belt ukanda wa kinga
secluded faragha
second (adj) –a pili
  (of time) nukta, secunde
  just a second! ngoja kidogo!
second-class (travel etc) kilasi
  ya pili
second floor ghorofa ya pili
  (US) ghorofa ya kwanza
second-hand
  iliokwishatumika
see ona
  can I see? naweza kuona?
  have you seen ...?
  umeona ...?
  I saw him this morning
  nilimwona leo asubuhi
  see you! tutaonana!
  I see (I understand) naelewa
self-service kujihudumia
  mwenyewe
sell uza
  do you sell ...? unauza ...?
Sellotape® selotepu
send peleka
  I want to send this to England
  nataka kupeleka hii
  Uingereza

separate tenga

separately (pay, travel) mbalimbali

September Septemba, mwezi wa tisa (T)

septic yenye bakteria

serious (problem, illness) –a hatari

service charge (in restaurant) malipo ya huduma

service station kituo cha petroli

serviette savieti

set menu menyu maalumu

several kadhaa

sew shona

could you sew this back on? waweza kuishonea juu ya hii?

sex (gender, activity) jinsia

sexy avutia kimapenzi

Seychelles visiwa vya Shelisheli

shack banda

shade kivuli

in the shade kivulini

shake: let's shake hands tupeane mikono

shallow (water) kina kifupi

shame: what a shame! inasikitisha!

shampoo (noun) shampuu

shampoo and set osha kwa shampuu na chana

share (verb: room, table etc) shirikiana

sharp kali

shattered (very tired) –choka

shaver mashini ya kunyolea

shaving foam krimu ya kunyolea

shaving point soketi ya kunyolea

she* yeye

is she here? yupo hapa?

sheet (for bed) shiti

shelf rafu

shellfish makome

shield ngao

ship meli

by ship kwa meli

shirt shati

shit! udhia gani huu!

shock (noun) mshtuo

I got an electric shock from the ... umeme umenirusha kutoka ...

shock-absorber shokomsoba

shocking mbaya sana

shoe kiatu

a pair of shoes jozi ya viatu

shoelaces nyuzi za viatu

shoe polish rangi ya viatu

shoe repairer fundi wa viatu

shop duka

shopping kwenda madukani

I'm going shopping nakwenda kununua vitu madukani

see bargaining and opening hours

shopping centre eneo la maduka

shop window dirisha la duka

shore (of sea, lake) ufukwe

short –fupi

shortcut njia ya mkato

shorts suruali kipande

should bidi
  what should I do? inanibidi
  nifanye nini?
  you should ... inakubidi ...
  you shouldn't ... usi- ...
  he should be back soon
  anatarajiwa kurudi punde
  hivi
shoulder bega
shout (verb) piga kelele
show (in theatre) mchezo wa
  kuigiza
  could you show me? waweza
  kunionesha?
shower (in bathroom) shawa
  (of rain) manyunyu
  with shower yenye shawa
shower gel jeli ya kuogea
shut (verb) funga
  when do you shut? unafunga
  wakati gani?
  when does it shut?
  inafungwa wakati gani?
  they're shut wamefunga
  I've shut myself out
  nimejifungia nje
  shut up! nyamaza!
shutter (on camera) kipenyezea
  mwanga
  (on window) pazia la vibapa
shy mwenye haya
sick (ill) -gonjwa
  I'm going to be sick (vomit)
  nahisi kutapika
side pembeni
  the other side of the street
  upande wa pili wa njia
side lights taa za pembeni
side salad saladi ya ziada

side street njia igusayo
  barabara kuu
sidewalk 'pavement'
sight: the sights of ... sehemu
  maarufu za ...
sightseeing kutembelea
  we're going sightseeing
  tunakwenda kutalii sehemu
  maarufu
sightseeing tour ziara ya
  kutalii sehemu maarufu
sign (roadsign etc) alama ya
  kuongoza
signal: he didn't give a signal
  (driver, cyclist) hakuashiria
  aendako
signature saini
signpost kiongoza njia
silence kimya
silk hariri
silly -puuzi
silver (noun) fedha
similar sawa
simple (easy) rahisi
since tangu
  since last week tangu wiki
  iliyopita
  since I got here tangu
  nilipofika hapa
sing imba
singer mwimbaji
single -moja
  a single to ... tikiti ya
  kwenda tu ...
  I'm single (said by man/woman)
  sina mke/mume
single bed kitanda cha mtu
  mmoja
single room chumba cha mtu

mmoja
single ticket tikiti ya kwenda tu
sink (in kitchen) sinki
sisal basket kikapu cha katani
sister dada
sister-in-law shemegi
sit kaa
 can I sit here? naweza kukaa hapa?
 is anyone sitting here? kuna mtu akaaye hapa?
sit down kaa kitako
 sit down! kaa kitako!
size saizi
skin ngozi
skin diving kuzamia mbizi
skinny mwembamba
skirt skati (K), sketi (T)
sky mbingu
sleep (verb) lala
 did you sleep well? ulilala vyema?
sleeper (on train) treni yenye vitanda
sleeping bag fuko la kulalia
sleeping car behewa la kulala
sleeping pill dawa ya usingizi
sleepy: I'm feeling sleepy nahisi usingizi
sleeve mkono wa vazi
slide (photographic) slaidi
slip (garment) shimizi
slippery –enye kuteleza
slow polepole
 slow down! (driving) punguza spidi!
slowly polepole

very slowly polepole sana
could you speak more slowly? sema polepole zaidi
small –dogo
smell (noun) harufu
 it smells (smells bad) inanuka
smile (verb) tabasamu
smoke (noun) moshi
 do you mind if I smoke? utaudhika nikivuta sigara?
 I don't smoke sivuti sigara
 do you smoke? unavuta sigara?
snack vitafunio
 just a snack vitafunio tu

Snacks include samosas, chapatis, miniature kebabs, roasted corn cobs, **mandaazi** (sweet, puffy, deep-fried dough cakes) and **mkate mayai** (Kenyan egg-bread: light wheat-flour pancake wrapped around fried eggs and minced meat). In Tanzania, **mkate wa mayai** is a sweet bread made from flour, eggs and sugar (without the minced meat).

snake nyoka
sneeze (noun) chafya
snorkel kivutia hewa majini
snorkelling kuzamia mbizi

If you plan to do a fair bit of snorkelling, try to bring your own mask and snorkel. They aren't highly expensive, or particularly heavy, and you'll benefit from having equipment that fits and works, and save money you'd otherwise spend renting it. Don't forget that, although certain parts of the coast have exceptional stretches of reef, you can have a rewarding dip almost anywhere.

snow (noun) theluji
 it's snowing theluji inaanguka
so: it's so good ni nzuri sana
 it's so expensive ni ghali sana
 not so much si nyingi
 not so bad si mbaya
 so am I, so do I na mimi pia
 so-so kwa kiasi tu
soaking solution (for contact lenses) dawa ya kusafishia
soap sabuni
soap powder sabuni ya unga
soapstone ulanga
sober makini
sock soksi
socket (electrical) soketi
soda (water) soda
sofa sofa
soft (material etc) laini
soft-boiled egg yai laini la kuchemsha
soft drink soda, vinywaji baridi

 Soft drinks are usually very cheap and crates of Coke, Fanta and Sprite find their way to the wildest corners of East Africa. Krest, a bitter lemon,

is very pleasant. Krest also make a ginger ale but it's watery and insipid; instead go for Stoney's, which has more of a punch. Sometimes you can get Vimto, which is supposed to do you some good, and occasionally plain soda water. There are fresh fruit juices available in the towns, especially on the coast. Passionfruit, the cheapest, is excellent. Some places serve a variety: you'll sometimes find carrot juice and even tiger milk – from tiger (**chufa**) nuts.

soft lenses lenzi laini
sole (of foot) unyayo
 (of shoe) soli
 could you put new soles on these? waweza kuvitia soli mpya hivi?
Somali (adj) -a Kisomali
Somalia Somalia
some kidogo
 can I have some water/rolls? naweza kupata maji/vikuto vya mkate?
 can I have some? naweza kupata kidogo?
somebody, someone mtu
something kitu
 something to eat kitu cha kula
sometimes mara nyingine
somewhere mahali
son mtoto wa kiume
song wimbo
son-in-law mkwe
soon punde

I'll be back soon nitarudi punde hivi

as soon as possible kwa haraka iwezekanavyo

sore: it's sore inauma

sore throat maumivu ya koo

sorry: (I'm) sorry samahani

sorry? (didn't understand/hear) samahani?

 'Pole' is a warm and peculiarly Swahili expression, conveying sympathy and regret (I'm sorry to hear that), rather than an apology. If you trip in the street, spill your drink, lose a bag or miss a train, you may hear 'pole' from someone nearby.

sort: what sort of ...? ... -a namna gani?

soup supu

sour (taste) kali

south kusini

 in the south kusini

South Africa Afrika ya Kusini

South African (adj) –a Afrika ya Kusini

 I'm South African mimi ni raia wa Afrika ya Kusini

southeast kusini mashariki

southern –a kusini

southwest kusini magharibi

souvenir kikumbusho

Spain Hispania

Spanish (adj) –a Hispania

spanner spana

spare part spea

spare tyre tairi ya spea

spark plug plagi

speak sema

speak: do you speak English? unasema Kiingereza?

 I don't speak ... sisemi ...

 can I speak to ...? naweza kusema na ...?

dialogue

> can I speak to Maisara? naweza kusema na Maisara?
>
> who's calling? ni nani wewe?
>
> it's Patricia ni Patricia
>
> I'm sorry, he's not in, do you want to leave a message? samahani, hayupo, unataka kuwacha maagizo?
>
> no thanks, I'll call back later hapana asante, nitampiga simu tena baadaye
>
> please tell him I called tafadhali mwambie nilipiga simu

spear mkuki

spectacles miwani

speed (noun) spidi

speed limit kikomo cha spidi

speedometer spidometa

spell: how do you spell it? unaiandikaje?

 see alphabet

spend tumia

spider buibui

spirits
Kenya Cane (white rum) and **Kenya Gold** (a gooey, coffee-flavoured liqueur) deserve a try perhaps, but they are expensive and nothing special.
You won't often find cocktails except in more expensive hotels and restaurants. One Kenyan mix to try, cautiously, is a **dawa** ('medicine') – vodka, white rum, honey and lime juice.
There's a battery of laws against home-brewing and distilling – perhaps because of the loss of revenue in taxes on legal booze. On the coast, where the coconuts grow, merely lopping off the growing shoot produces a naturally fermented palm wine (**tembo**). Though there's usually a furtive discretion about **pombe** (locally made beer) or tembo sessions, nobody ever seems to get busted. Not so with spirits. Think twice before accepting a mug of **chang'aa**: it's treacherous firewater, and is also frequently contaminated, regularly killing drinking parties en masse. Sentences for distilling and possessing chang'aa are harsh, and police raids common.

splinter kibanzi
spoke (in wheel) spoki
spoon kijiko
sport mchezo
sprain: I've sprained my ... nimetenguka ...
spring (season) majira ya chipuko
(of car, seat) springi
in the spring katika majira ya chipuko
square (in town) uwanja
stairs ngazi
stale –liochacha
stall: the engine keeps stalling ingini inazimika moto kila mara
stamp (noun) stempu

dialogue

a stamp for England, please stempu kwa kupelekea Uingereza, tafadhali
what are you sending? unapeleka nini?
this postcard postikadi hii

standby kutumika inapohitajika
star nyota
(in film) mchezaji maarufu
start (noun) mwanzo
(verb) anza
when does it start? inaanza wakati gani?
the car won't start gari haishiki stati
starter (of car) stata
(food) kianzio
starving: I'm starving nina njaa sana
state (country) nchi
the States (USA) Marekani
station stesheni

statue sanamu
stay kaa
 where are you staying?
 unakaa wapi?
 I'm staying at ... nakaa ...
 I'd like to stay another two
 nights nataka kukaa siku
 mbili zaidi
steak steki
steal iba
 my bag has been stolen begi
 langu limeibiwa
steep (upwards) –a kuinuka
 ghafla
 (downwards) –a kuteremka
 ghafla
steering kutumia usukani
steinbok dondoo
step: on the steps juu ya
 ngazi
sterling sarafu ya Kiingereza
steward (on plane)
 mhudumiaji
stewardess mhudumiaji wa
 kike
still (adverb) bado
 I'm still here niko hapa bado
 is he still there? yuko kule
 bado?
 keep still! tulia!
sting (noun) mchomo
 (verb) uma
 I've been stung nimeumwa
stockings soksi ndefu
stomach tumbo
stomach ache maumivu ya
 tumbo
stomach upset kusokotwa
 tumbo

stone (rock) jiwe
stop (verb) simamisha
 please, stop here (to taxi driver
 etc) simamisha hapa,
 tafadhali
 do you stop near ...?
 utasimamisha karibu na ...?
 stop it! usifanye hivyo!
stopover kituo cha
 mapumziko
storm dhoruba
straight (whisky etc) kavu
 it's straight ahead ni moja
 kwa moja
straight away papo hapo
strange (odd) –geni
stranger mgeni
 I'm a stranger here mimi ni
 mgeni hapa
strap ukanda
strawberry strobari
stream mto
street njia
 on the street njiani
street map ramani ya njia
string uzi
strong (person) mwenye
 nguvu
 (taste, drink) kali
stuck kwama
 it's stuck imekwama
student mwanafunzi
stupid mjinga
suburb kiunga
Sudan Sudan
Sudanese (adj) –a Sudan
suddenly kwa ghafula
suede –a ngozi
sugar sukari

suit (noun) suti
it doesn't suit me (jacket etc)
hainifai
it suits you inakufaa
suitcase begi
summer majira ya joto
in the summer katika majira
ya joto
sun jua
in the sun kwenye mwanga
wa jua
out of the sun pasipo
mwangaza wa jua

 Probably the most
important health concern
is the sun. On the equator,
even if the altitude keeps
temperatures down, the effect of half
an hour's ultra-violet on delicate skin
can be severe. A hat and sunglasses
are strongly recommended. Keep
children thoroughly smothered in
factor 40 and insist they wear hats.
They should also wear T-shirts when
swimming, and especially if
snorkelling.
Many people get occasional heat
rashes, especially at first. A warm
shower, to open the pores, and
cotton clothes should help.
Some people sweat heavily and lose
a lot of salt. If this applies to you,
sprinkle extra salt on your food.

sunbathe ota jua
sunblock (cream) krimu ya
kuhifadhi ngozi
sunburn kubabuka kwa jua

sunburnt –liobabuka kwa jua
Sunday Jumapili
sunglasses miwani ya jua
sun lounger (chair for lying on)
kiti cha kuotea jua
sunny: it's sunny kuna jua
sunroof (in car) kidirisha
kwenye paa
sunset kuchwa kwa jua
sunshade mwavuli mkubwa
sunshine mwanga wa jua
sunstroke kuathiriwa na jua
suntan kugeuzwa rangi na
jua
suntan lotion losheni ya
kujikinga na jua
suntanned –geuka rangi kwa
jua
suntan oil mafuta ya
kujikinga na jua
super bora kabisa
supermarket supamaket
supper chakula cha jioni
supplement (extra charge)
nyongeza
sure hakika
are you sure? una hakika?
sure! hakika!
surface mail barua
zitumwazo kikawaida
surname jina la ukoo
sweater sweta
sweatshirt fulana
Sweden Sweden
Swedish (adj) –a Kiswidi
sweet (taste) tamu
(noun: dessert) kimaliziamlo
sweets peremende
swelling uvimbe

swim (verb) ogelea
 I'm going for a swim
 nakwenda kuogelea
 let's go for a swim twende
 kuogelea
swimming costume nguo ya
 kuogelea
swimming pool bwawa la
 kuogelea
swimming trunks suruali ya
 kuogelea
switch (noun) swichi
switch off zima
switch on washa
swollen –liovimba

T

table meza
 a table for two meza ya watu
 wawili
tablecloth kitambaa cha
 mezani
table tennis tenis ya mezani
tailback (of traffic) msogamano
tailor mshoni
take (verb: lead) chukua
 (accept) pokea
 can you take me to the ...?
 waweza kunipeleka kwa ...?
 do you take credit cards?
 nikulipe kwa kadi ya
 malipo?
 fine, I'll take it sawa, lipa
 can I take this? (leaflet etc)
 naweza kuchukua hii?
 how long does it take?
 inachukua muda gani?

it takes three hours
 inachukua saa tatu
is this seat taken? kiti hiki
 kina mtu?
hamburger to take away
 hambaga ya kuchukua nje
can you take a little off here?
 (to hairdresser) waweza
 kupunguza kidogo hapa?
talcum powder podari
talk (verb) sema
tall –refu
tampons visodo
tan (noun) hudhurungi
 to get a tan geuka
 hudhurungi kwa jua
tank (of car) tangi
Tanzania Tanzania
Tanzanian (adj) –a Kitanzania
 (noun) Mtanzania
tap mfereji
tape (for cassette) tepu
tape measure utepe wa
 kupimia
tape recorder tepurekoda
tap water maji ya mfereji
taste (noun) ladha
 can I taste it? naweza
 kuonja?
taxi teksi
 will you get me a taxi?
 waweza kuniitia teksi?
 where can I find a taxi?
 nitapata teksi wapi?

dialogue

> to the airport/to
> the ... Hotel, please

nipeleke uwanja wa ndege/hoteli ya …, tafadhali
how much will it be? ni kiasi gani?
it will be 8,000 shillings ni shilingi elfu nane
that's fine right here, thanks sawa, chukua, asante

Shared taxis, including Peugeots and Japanese minibuses, are a faster and usually more expensive alternative to buses, and can be both dangerous and a good introduction to local people. Peugeot taxis usually drive directly from one point to another with a full complement of passengers. This should consist of one passenger in the front (who sometimes pays a supplement), three in the middle and three in the back. Any more and they're overloaded and are likely to be stopped by the police all along the route. Beware of being used as bait by the driver to encourage passengers to choose his car. Competition is intense and people will try to persuade you the vehicle is going 'just now'. Always choose a vehicle that's full and about to leave or you'll have to wait inside until they are ready to go – sometimes for hours. In particular, don't hand over any money before you've left town – this isn't a question of being ripped

off (though discreetly noting the licence plate is never a bad idea), but too often the first departure is just a cruise around town rounding up passengers and buying petrol (with your money) and then back to square one. If your destination doesn't lie on a standard shared taxi route, or if you don't want to wait for a car to fill up (or, indeed, if you just want to travel in style), drivers will happily negotiate a price for the rental of their whole car. This will probably be the same as the sum total of the fares they would receive from a full complement of paying passengers. Town taxis are not metered and you should agree the fare before setting off. Like all public transport, fares are in most cases fixed by law or common agreement, but you can still be over-charged, especially for your baggage.
see **bus**

taxi-driver dereva wa teksi
taxi rank kituo cha teksi
tea (drink) chai
tea for one/two, please cha kwa mtu mmoja/watu wawili, tafadhali

Tea is universally drunk at breakfast and as a pick-me-up at any time. It's somewhat different from the classic British brew: milk, water, lots of sugar and tea leaves, brought to the boil in a kettle and served scalding hot.

teabags vifuko vya majani
ya chai
teach somesha
 could you teach me?
 waweza kunisomesha?
teacher mwalimu
team timu
tea shop duka la chai
teaspoon kijiko cha chai
tea towel kitambaa cha
 kukaushia vyombo
teenager kijana
telegram telegramu
telephone simu
 see **phone**
television televisheni
tell ambia
 could you tell him ...?
 waweza kumwambia ...?
temperature (weather) hali ya
 hewa
 (fever) homa
tent hema
term (at university, school)
 muhula
terminus (rail) stesheni ya
 mwisho
terrible –baya sana
terrific –zuri sana
than* kuliko
 smaller than ndogo kuliko
thank: thank you, thanks
 asante
 thank you very much asante
 sana
 thanks for the lift asante kwa
 kunipa 'lift'
 no thanks la asante

dialogue

 thanks asante
 that's OK, don't mention it
 si kitu, ni sawa tu

that*: I hope that ... natumai
 kwamba ...
 that's nice ni vyema
 is that ...? –le ni ...?
 that's it (that's right) ndivyo
 hasa
the* no equivalent
theatre thieta
their* –ao
theirs* –ao
them* wao
 for them kwa ajili yao
 with them pamoja nao
 to them kwa wao
 who? – them nani? – wao
then (at that time) wakati huo
 (after that) baada ya hapo
there kule
 over there kule
 up there huko
 is there ...?, are there ...?
 kuna ...?
 **there is ..., there
 are ...** kuna ...
 there you are (giving something)
 haya chukua
thermometer kipimajoto
Thermos® flask thamosi
these*
they* wao
thick –nene
 (stupid) mjinga
thief mwizi

If you're the victim of a snatch-and-run robbery in a city street, don't shout '**mwizi!**' unless you want the item back enough to risk the life of the mugger. He will usually be set upon immediately by passers-by and severely kicked and beaten.

thigh paja
thin –embamba
thing kitu
  my things vitu vyangu
think fikiri
  I think so nafikiria hivyo
  I don't think so sifikirii
  I'll think about it nitafikiria
third party insurance bima ya gari
thirsty –enye kiu
  I'm thirsty nina kiu
this*: this is my wife huyu mke wangu
  is this ...? hii ni ...?
those*
thread (noun) uzi
throat koo
throat pastilles vidonge vya dawa ya koo
through kupitia
  does it go through ...? (train, bus) inapitia ...?
throw (verb) rusha
throw away tupa
thumb kidole gumba
thunderstorm mvua ya radi
Thursday Alhamisi
ticket tikiti (K), tiketi (T)

dialogue

a return to Dodoma tikiti ya kwenda na kurudi Dodoma
coming back when? utarudi lini?
today/next Tuesday leo/Jumanne ijayo
that will be 40,000 shillings utalipa shilingi arobaini elfu

ticket office (bus, rail) ofisi ya tikiti
tie (necktie) tai
tight (clothes etc) inabana
  it's too tight inanibana sana
tights soksi ndefu
till (cash desk) deski la keshia
time* wakati, saa
  what's the time? ni saa ngapi?
this time wakati huu
last time mara ya mwisho
next time mara nyingine
three times mara tatu

 'Swahili time' runs from dawn to dusk to dawn rather than midnight to midday to midnight. 7am and 7pm are both **saa moja** (one o'clock) while midnight and midday are **saa sita** (six o'clock). It is not as confusing as it first sounds – just add or subtract six hours to work out Swahili time (or read the opposite side of your watch).

Th

Trains nearly always leave right on time; buses often have punctual departures as well. In more remote areas, though, if a driver tells you he's going somewhere 'today', it doesn't necessarily mean he expects to arrive today.

timetable ratiba
tin (can) kopo (K), mkebe (T)
tin-opener kifugulia mkebe
tiny –dogo sana
tip (to waiter etc) tipu (K), bahashishi (T)

 The main difficulty with the concept of the tip is that it tends to be lumped together with the concept of the bribe. You are presumed to be the wealthy tourist who should be free with his or her money at every opportunity, whether the service performed is already being paid for by wages or not. Remember that menial or service industry workers are likely to be paid low wages, so giving a dollar is a very big tip, even if it may not buy much. On organized safaris, tips provide a large proportion of the staff's income, and most companies publish indicators of how much you should give, with every member of the group expected to contribute a daily rate to each member of staff. Be prepared for this. A few other hints: you don't need to tip taxi-drivers or when using public transport; tip waiters 10 per cent in Western-style restaurants (where they may not be paid any wages); tip porters at stations and hotels a few pence per item of luggage; and tip everyone else only when you have agreed the service to be provided.

tired –choka
 I'm tired nimechoka
tissues tishu
to hadi, mpaka
 to Malindi mpaka Malindi
 to Zanzibar mpaka Zanzibar
 to the post office mpaka posta
toast (bread) tosti
today leo
toe kidole cha mguu
together pamoja
 we're together (in shop etc) tuko pamoja
toilet choo (K), msalani (T)
 where is the toilet? choo kiko wapi?
 I have to go to the toilet nataka kwenda msalani

 Carry toilet paper – which you can buy in most places – as few cheap hotels provide it. Town public toilets (**wanawake** women, **wanaume** men) are invariably unhygienic. Public buildings and hotels are unlikely to turn you away if you ask.

toilet paper karatasi za chooni

tomato nyanya
tomato juice juisi ya nyanya
tomato ketchup kechapu
tomb kaburi
tomorrow kesho
 tomorrow morning kesho
 asubuhi
 the day after tomorrow kesho
 kutwa
toner (cosmetic) rangi ya
 pambo
tongue ulimi
tonic (water) tonik
tonight leo usiku
tonsillitis maumivu ya kooni
too (excessively) sana
 (also) pia
 too hot (weather) joto sana
 (tea) i moto sana
 too much nyingi sana
 me too mimi pia
tooth jino
toothache maumivu ya
 jino
toothbrush mswaki
toothpaste dawa ya meno
top juu
 on top of ... juu ya ...
 at the top juu
 top floor ghorofa ya juu
 kabisa
topless matiti wazi
torch tochi
total (noun) jumla
tour (noun) safari ya utalii
 is there a tour of ...? kuna
 safari ya utalii kwenda ...?
tour guide mtembezaji
 watalii

tourist mtalii
tourist information office ofisi
 ya utalii
tour operator kampuni ya
 utalii
towards kuelekea
towel taulo, taula
town mji
 in town mjini
 just out of town nje kidogo
 ya mji
town centre katikati ya mji
town hall ofisi ya baraza la
 mji
toy kitu cha kuchezea
track pletfomu, jukwaa
 which track is it for Kisumu?
 pletfomu gani kwa treni ya
 Kisumu?
traditional –a mila
traffic magari barabarani
traffic jam msogamano wa
 magari
traffic lights taa ziongozazo
 magari
trailer (for carrying tent etc)
 trela
train treni
 by train kwa treni

dialogue

is this the train for Voi? hii
ndiyo treni ya kwendea
Voi?
sure ndiyo
no, you want that platform
there siyo, unahitaji
platfomu ile pale

The Uhuru Railway, linking Tanzania and Zambia, passes through one of the most spectacular highland areas of southern Tanzania. It passes through Mikumi National Park, and cuts across the World Heritage site of Selous Game Reserve, which is the largest in Africa, and crosses gorges and rivers on hundreds of bridges on its way to Kapiri Mposhi in Zambia. Tickets can be bought at the TAZARA station in Dar es Salaam.

Another one of the famous railway journeys is the Nairobi–Mombasa run. The trains run once a day in each direction, leaving with perfect punctuality at 7pm (that is, 1 o'clock Swahili time), and arriving any time between 8 and 10am (2 and 4 o'clock Swahili time) the following morning.

It's important to make reservations for these trains, especially if you want a first-class compartment. While it may be fine to leave this until a couple of hours before departure during the low season, it's advisable to reserve well in advance if you plan to travel during the Christmas and New Year period. Ticket offices at the stations are open mornings and afternoons, and will take reservations weeks ahead. Travel agents will usually do the work for you, sometimes for a fairly hefty supplement. A number of overseas agents will handle first-class train reservations, too, though you can expect to pay a little more. To travel first-class, you have to take a private two-berth compartment. Second-class compartments are shared by four people and are single-sex, though, with the consent of the occupants, this can sometimes be disregarded. The third-class carriages have seats rather than bunks.

The first- and second-class fares include pre-paid dinner, breakfast and bedding vouchers. An attendant will make up your bed while you are in the dining car for dinner, and will clear the bedding away during breakfast. Both dinner and breakfast are hearty cooked meals, and eating in the dining car is an experience in itself, but don't expect haute cuisine. Wine, beer and soft drinks cost extra. If you buy your ticket from Kenya Railways direct, you can elect to pay just for your berth.

trainers (shoes) viatu vya riadha
train station stesheni ya reli
translate tafsiri, fasiri
  could you translate that?
  waweza kutafsiri hii?
translation tafsiri
translator mfasiri
trash takataka
trash can pipa la taka
travel (noun) safari
  (verb) safiri
  we're travelling around

tunatembelea sehemu mbalimbali

travel agent's ofisi ya wakala wa usafiri

traveller's cheque cheki ya safari

tray trei

tree mti

tremendous –zuri sana

trendy –a mtindo wa kisasa

trim: just a trim, please (to hairdresser) unipunguze nywele kidogo tu, tafadhali

trip (excursion) safari ya matembezi

  I'd like to go on a trip to ... nataka kutembelea ...

trolley toroli

trouble (noun) shida

  I'm having trouble with ... nina shida na ...

 There are still places in East Africa where you can leave an unattended tent for the day and find it untouched when you return in the evening. And there are a few spots where walking alone after dark is almost guaranteed to get you mugged. As a general rule, though, you have a far higher chance of being a victim in touristy areas.

In these areas, never leave anything unguarded even for 15 seconds, never take out cameras or other valuables unless absolutely necessary, and be careful where you walk, at least until you've stowed

your luggage and you're settled in somewhere. It's best not to carry a bag, particularly not the little day-pack over your shoulder, which will virtually identify you as a tourist.

trousers suruali

true kweli

  that's not true hayo si kweli

trunk (US: of car) buti

trunks (swimming) suruali ya kuogelea

try (verb) jaribu

  can I try it? (food) naweza kuonja?

try on jaribu

  can I try it on? naweza kuijaribu?

T-shirt fulana

Tuesday Jumanne

tuna 'tuna', jodari

tunnel njia ya chini kwa chini

turn: turn left/right pinda kushoto/kulia

turn off (TV, appliance etc) zima

  where do I turn off? nigeuze njia wapi?

turn on (TV, appliance etc) washa

turning (in road) kona

TV televisheni

twice mara mbili

  twice as much mara mbili zaidi

twin beds vitanda viwili pacha

twin room chumba cha watu wawili

twist: I've twisted my ankle

nimeteguka kifundo cha mguu

type (noun) aina

  another type of ... aina nyingine ya ...

typhoid homa ya matumboni

typical –a kufanana

tyre tairi

U

Uganda Uganda

Ugandan (adj) –a Kiganda

ugly –baya

UK Uingereza

ulcer kidonda

umbrella mwavuli

uncle mjomba

unconscious –poteza fahamu

under (in position) chini

  (less than) chini ya

underdone (meat) iliyoiva kidogo

underpants chupi

understand: I understand naelewa

  I don't understand sielewi

  do you understand? unaelewa?

unemployed asiye na kazi

unfashionable isio ya kisasa

United States Marekani, Amerika

university chuo kikuu

unleaded petrol isiyo na 'lead'

unlimited mileage maili bila ya kikomo

unlock fungua

unpack fungua mizigo

until mpaka

unusual isiyo ya kawaida

up juu

  up there kule juu

  he's not up yet (not out of bed) hajaamka bado

  what's up? (what's wrong?) kuna nini?

upmarket –a hali ya juu

upset stomach kusokotwa na tumbo

upside down juu chini

upstairs juu

up-to-date –a kisasa

urgent haraka

us* sisi

  with us pamoja nasi

  for us yetu

USA Marekani, Amerika

use (verb) tumia

  may I use ...? naweza kutumia ...?

useful –enye kufaa

usual kawaida

  the usual (drink etc) kama kawaida

V

vacancy: do you have any vacancies? (hotel) kuna nafasi?

  see room

vacation (from university) likizo

  on vacation likizoni

vaccination kuchanja

vacuum cleaner mashine ya

kufagilia
valid yatumika
 how long is it valid for?
 yatumika kwa muda gani?
valley bonde
valuable –ya thamani
 **can I leave my valuables
 here?** naweza kuweka hapa
 vitu vyangu vya thamani?
value (noun) thamani
van gari la mizigo
vanilla vanila
 a vanilla ice cream aiskrimu
 ya vanila
vary: it varies yabadilika
vase jagi
veal nyama ya ndama
vegetables mboga
vegetarian (noun) asiyekula
 nyama
very sana
 very little for me nataka
 kidogo sana
 I like it very much naipenda
 sana
vest (under shirt) fulana
via kupitia
video (film) video
 (recorder) videorikoda
view mandhari
village kijiji
vinegar siki
visa viza

It's important to know just
how long a stay you've
been granted in Tanzania
or Kenya. There have been a number
of cases of travellers overstaying the
limits of their visas or visitors'
passes by a few days and finding
themselves invited to spend the
night behind bars while a suitable
fine was discussed. Ask what's been
stamped when you arrive and renew
well in advance. You will certainly
have to renew after three months.

visit (verb) tembelea
 I'd like to visit ... nataka
 kutembelea ...
vital: it's vital that ... ni
 muhimu kwamba ...
vodka vodka
voice sauti
volcano volkano
voltage volteji
vomit tapika

W

waist kiuno
waistcoat kizibao
wait ngoja
 wait for me ningojee
 don't wait for me
 usiningojee
 **can I wait until my wife/
 partner gets here?** naweza
 kungoja mpaka mke
 wangu/mwenzangu aje?
 can you do it while I wait?
 waweza kutengeneza
 nikingojea?
 could you wait here for me?
 waweza kuningojea hapa?
waiter/waitress mhudumiaji

It is quite acceptable for a man to hiss to attract a waiter's attention in Kenya. Similarly, you won't raise any eyebrows by doing the same to attract the attention of any child or teenager hanging around, if you want to ask directions, find somebody, or get them to bring something to your car (a drink from a roadside shack, a newspaper from a vendor), so long as the service is modestly rewarded. In Tanzania, hissing is not acceptable. Men can either raise their hand, but not the forefinger, to attract the attention of the waiter, or use the Swahili word '**ndugu**' (brother), '**samahani!**' (excuse me!) or the English 'hello!'. The best way for a woman to attract the attention of a waiter or other person is to use 'hello!', whether in Kenya or Tanzania.

wake: can you wake me up at 5.30? waweza kuniamsha saa kumi na moja u nusu?
wake-up call kuamsha kwa simu
Wales 'Wales'
walk tembea
 is it a long walk? ni mbali sana?
 it's only a short walk ni karibu tu
 I'll walk nitakwenda kwa miguu
 I'm going for a walk nakwenda kutembea

walking kutembea
Walkman® 'stereo' ya binafsi
wall ukuta
wallet kikoba
wander: I like just wandering around nataka kuzurura tu
want taka
 I want a ... nataka ...
 I don't want any sitaki chochote
 I want to go home nataka kwenda nyumbani
 I don't want to sitaki
 he wants to ... anataka ...
 what do you want? unataka nini?
ward (in hospital) wadi
warm -enye joto
 I'm so warm nahisi joto
warthog ngiri
was* -likuwa
 he was, she was alikuwa
 it was ilikuwa
wash (verb) osha
 can you wash these? waweza kuosha hizi?
washer (for bolt etc) washa
washhand basin beseni la kunawia
washing (clothes) nguo za kufuliwa
washing machine mashine ya kufulia
washing powder sabuni ya unga
washing-up: to do the washing-up kuosha vyombo
washing-up liquid sabuni ya majimaji

wasp nyigu
watch (wristwatch) saa
will you watch my things for me? waweza kuangalia vitu vyangu?
watch out! jihadhari!
watch strap ukanda wa saa
water maji
may I have some water? naweza kupata maji?

In most places in East Africa the tap water can safely be drunk, but since bad water is the most likely cause of diarrhoea, you should be fairly cautious about drinking rain or well water. It can't do any harm, except to your purse, to drink bottled water only, but it can mean you don't drink enough, especially on long, hot journeys. If you're only staying a short time, it makes sense to purify your drinking water with tablets or iodine. For longer stays, you should think of re-educating your stomach rather than fortifying it; it's virtually impossible to travel around the region without exposing yourself to strange bugs from time to time.

waterfall maporomoko ya maji
waterproof (adj) -siopenya maji
waterskiing skii ya majini
wave (in sea) mawimbi
way: **it's this way** ni njia hii
it's that way ni njia ile
is it a long way to ...? ni mbali kwenda ...?
no way! la hasha!

dialogue

could you tell me the way to ...? waweza kunielekeza njia ya ...?
go straight on until you reach the traffic lights nenda moja kwa moja mpaka taa ziongozazo magari
turn left pinda kushoto
take the first on the right fuata njia ya kwanza kulia
see where?

we* sisi
weak dhaifu
weather hali ya hewa

dialogue

what's the weather forecast? hali ya hewa imetabiriwa vipi?
it's going to be fine itakuwa ni njema
it's going to rain kutakuwa na mvua
it'll brighten up later kutatanzuka baadaye

wedding harusi
wedding ring pete ya ndoa

Wednesday Jumatano
week wiki
 a week (from) today wiki
 moja kuanzia leo
 a week (from) tomorrow wiki
 moja kuanzia kesho
weekend wikiendi
 at the weekend wikiendi
weight uzito
weird -a ajabu
welcome: welcome
 to ... karibu kwa ...
 you're welcome (don't mention
 it) unakaribishwa, tafadhali
well (noun: for water) kisima
well vizuri
 I don't feel well sijihisi vizuri
 she's not well hajihisi vizuri
 you speak English very well
 unasema Kiingereza vizuri
 sana
 well done! hongera!
 this one as well na hii pia
 well well! (surprise) ahaa!

dialogue

> how are you? hujambo?
> very well, thanks, and you?
> sijambo, asante, je wewe?

well-done (meat) iliyoiva
 vyema
Welsh -a Kiwelsh
 I'm Welsh mimi ni Mwelsh
were* -likuwa
 we were tulikuwa
 you were ulikuwa
 they were walikuwa

west magharibi
 in the west magharibi
western ya magharibi
West Indian (adj) -a 'West
 Indies'
wet -a majimaji
what? nini?
 what's that? hiyo nini?
 what should I do? nifanye
 nini?
 what a view! mandhari ya
 kupendeza!
 what bus do I take? nipande
 basi gani?
wheel gurudumu
wheelchair kiti cha
 magurudumu
when? lini?
 when we get back
 tutakaporudi
 when's the train/ferry?
 wakati gani kuna
 treni/feri?
where? wapi?
 I don't know where it is sijui
 iliko

dialogue

> where is the museum?
> jumba la makumbusho
> liko wapi?
> it's over there liko kule
> could you show me where
> it is on the map? waweza
> kunionesha liliko katika
> ramani?
> it's just here liko hapa
> see way

Wh

which? -pi
 which bus? basi lipi?

dialogue

which one? ipi?
that one ile
this one? hii?
no, that one hapana, ile

while: while I'm here
 ninapokuwa hapa
whisky wiski
white -eupe
white wine mvinyo nyeupe
who? nani?
 who is it? nani?
 the man who ... yule mtu
 ambaye ...
whole -ote
 the whole lot yote
 the whole week wiki
 nzima
whose? ya nani?
 whose is this? hii ya nani?
why? kwa nini?
 why not? kwa nini isiwe
 hivyo?
wide pana
wife mke
 my wife mke wangu
wild -a mwituni
wildebeest nyumbu
wildlife park mbuga ya
 wanyama
will*: will you do it for me?
 utanifanyia?
wind (noun) upepo
window dirisha

near the window karibu na
 dirisha
in the window (of shop)
 dirishani
window seat kiti cha
 dirishani
windscreen kioo cha mbele
 garini
windscreen wiper waipa
windsurfing kupanda chelezo
 cha tanga
windy -a upepo mwingi
wine mvinyo
 can we have some more
 wine? twaweza kupata
 mvinyo zaidi?

 Papaya wine is available
in medium or dry, white
and rosé, and is an
acquired taste, but it's one you
might acquire quickly; the stuff is
potent and much cheaper than
imported wine. A whole range of
fruity wines has recently appeared,
including passionfruit and mango.
There are also several quite
drinkable wines made from
Tanzanian grapes in Dodoma and
white wines made from Kenyan
grapes, notably the products of
Naivasha Wineries. Reasonably
priced South African wine is also
widely available.

wine list orodha ya mvinyo
winter majira ya baridi
 in the winter katika majira ya
 baridi

wire waya

wish: best wishes nakutakia mema

with pamoja na
I'm staying with ... nakaa pamoja na ...

without bila

witness shahidi
will you be a witness for me? wawesa kuwa shahidi wangu?

woman mwanamke

women
Women, whether travelling alone or together, may come across occasional persistent hasslers but seldom much worse. Universal rules apply: if you suspect ulterior motives, turn down all offers and stonily refuse to converse, though you needn't fear expressing your anger if that's how you feel. You will, eventually, be left alone.

wonderful -zuri sana

won't* hai-
it won't start (car) haishiki moto

wood (material) mbao

woods (forest) msitu

wool sufu

word neno

work (noun) kazi
(verb) fanya kazi
it's not working haifanyi kazi
I work in ... nafanya kazi katika ...

world dunia

worry wasiwasi
I'm worried nina wasiwasi

worse -baya zaidi
it's worse ni mbaya zaidi

worst -baya kabisa

worth: is it worth visiting? inafaa kutembelea?

would: would you give this to ...? wawesa kumpa hii ...?

wrap: could you wrap it up? wawesa kunifungia hii?

wrapping paper karatasi ya kufungia vitu

wrist kifundo cha mkono

write andika
could you write it down? wawesa kuiandika?
how do you write it? unaiandikaje?

writing paper karatasi ya kuandikia

wrong: it's the wrong key ni ufuguo usiofaa
this is the wrong train hii siyo treni itakiwayo
the bill's wrong bili hii ina makosa
sorry, wrong number samahani, nimekosea namba
sorry, wrong room samahani, nimekosea chumba
there's something wrong with ... kuna hitilafu katika ...
what's wrong? kuna makosa gani?

Wr

X

X-ray eksirei

Y

yacht yoti
yard yadi
year mwaka
yellow –a kimanjano
yellow fever homa ya
  manjano
yes ndiyo
yesterday jana
  yesterday morning jana
  asubuhi
  the day before yesterday juzi
yet bado
  not yet bado

dialogue

is it here yet? imeshafika?
no, not yet la, bado
you'll have to wait a little
longer yet itakubidi bado
ungojee kwa muda
kidogo

yoghurt yogat
you* wewe
  (plural) nyinyi
  this is for you hii ni yako
  with you pamoja nawe
young kijana
your* –ako
  (plural) –enu

yours* –ako
  (plural) –enu
youth hostel hosteli ya vijana

Z

Zambia Zambia
Zambian (adj) –a Zambia
zebra punda milia
zero sifuri
zip zipu
  could you put a new zip on?
  waweza kuitia zipu mpya?
zip code postkodi
zoo bustani ya wanyama
zucchini mung'unye

Swahili

→

English

Colloquialisms

al-la! damn!
ehaa Bwana! hey Mr!
haiwezekani kabisa! no way!
hakuna matata! no problem!
hakuna tatizo!, hakuna wasiwasi! no problem!
je vipi! hey!
kabwela ordinary person, 'person in the street'
la hasha! no way!; God forbid!
lahaula! oh no!, God forbid!; what next?; well I never
nenda zako we! go away!
potelea mbali! damn!
udhia gani huu! shit!
upuuzi! rubbish!
wacha mzaha you're joking

a- he; she
-a- present tense marker
a'a no
 a'a asante no thanks
abiria passenger
acha desert; let off
adesi lentils
adhana Muslim call to
 prayer by a muezzin
adhuhuri midday, noon
afadhali better
 afadhali sana much better
Afrika ya Kusini South Africa
 -a Afrika ya Kusini South
 African
Afrika ya Mashariki East
 Africa
 -a Afrika ya Mashariki East
 African
afya health
 afya! bless you!
 -a afya healthy
agiza order
agizo message; order
Agosti August
ahadi promise (noun)
ahidi promise (verb)
ah si kitu don't mention it
aibu shame
aina sort, kind, type; make
 aina nyingine ya ... another
 sort of ...
aiskrimu ice cream
aiskrimu kijitini ice lolly
ajabu: -a ajabu
 extraordinary; weird, funny;

fantastic
ajali accident
 kumetokea ajali there's been
 an accident
akauti ya benki bank account
-ake his; her; hers; its
 kwa ajili yake for him; for
 her
 ni yake that's his/hers
akiba deposit (as security)
-ako your; yours (sing)
alaa! I see!, I understand!
alama sign
alama ya kuongoza road sign
alamsiki (T) good night
alasiri afternoon
 leo alasiri this afternoon
alfajiri dawn
Alhamisi Thursday
alika invite
alikuwa he/she was
alikuwa na he/she had
almasi diamond
ama ... au ... either ... or ...
amana deposit (as security)
amani peace
 -a amani peaceful
ambia tell
ambukizo infection
ambulensi ambulance
ametoka he's/she's out
amini believe
aminifu honest
amka get up (after sleep)
amsha wake
amua decide
ana he/she has
anaitwa ... he/she is called ...
anasa luxury

-a anasa luxurious; posh
anataka ... he/she wants
to ...
anaweza ...? could
he/she ...?
andazi sweet pastry
andika write; spell
andikisha check in; reserve
angalau at least
angalia! watch out!, look
out!
angavu clear
-angu my; mine
anguka fall
angusha knock over
anwani address
anwani yako ni wapi? what's
your address?
anwani ya kupelekea barua
forwarding address
anza begin, start
-ao their; theirs
aprikoti apricot
Aprili April
arobaini forty
arusi wedding
asali honey
asante thank you, thanks
(said to one person)
asante sana thank you very
much
asanteni thank you, thanks
(said to more than one person)
asilimia per cent
asiyekula nyama vegetarian
asiye na kazi unemployed
askari policeman; security
guard
askofu bishop

asubuhi morning
saa moja asubuhi at seven
am
asubuhi mapema early in
the morning
ati kweli? really?
au or
azima borrow; lend

B

baada ya after
baada ya chakula cha
mchana after lunch
baada ya hapo then, after
that
baadaye afterwards, later,
later on
baba dad, father
baba mdogo uncle (father's
younger brother)
baba mkubwa uncle (father's
elder brother)
baba mkwe father-in-law
babu grandfather
badala ya instead
badala ya ... instead of ...
badili vary
badilisha change; cash
badilisha huko ... change
at ...
bado still; not yet
bafta cotton
bafu bathroom; bathtub
-enye bafu ya faragha with a
private bathroom
bafu la binafsi private
bathroom

bahari sea
 karibu na bahari by the sea
Bahari ya Hindi Indian
 Ocean
bahasha envelope
bahasha za barua za ndege
 airmail envelope
bahashishi (T) tip, gratuity
bahati luck
 bahati njema! good luck!
baina ya between
bakshishi tip, gratuity
bakuli dish, bowl
balozi ambassador
balungi grapefruit
bamba la namba ya gari
 number plate
bamia okra, lady's fingers
bampa la gari bumper, (US)
 fender
banda shack; any kind of
 hut, usually round and
 thatched; barn; shed
bandari harbour, port
bandia fake
bangi bhang, cannabis; hemp
bangili bracelet
bango la tangazo poster
bao lenye tanga sailboard
barabara main road;
 motorway, (US) freeway, (US)
 highway; avenue
barabara kuu main road
barafu ice
 na barafu with ice
 pamoja na barafu with ice,
 on the rocks
baridi cold; fresh
baridi kali frost

baridi kidogo cool
barua letter; letters; post,
 mail
barua za ndege airmail
barua zitumwazo kikawaida
 surface mail, overland mail
basi bus; enough
basi dogo minibus
basi la uwanja wa ndege
 airport bus
bastola pistol
bata duck
bata bukini goose
bawabu doorman; porter;
 night porter
-baya bad; ugly; rubbish
-baya kabisa worst
-baya sana dreadful, terrible
-baya zaidi worse
 ni mbaya zaidi it's worse
beba carry
bega shoulder
begi bag; suitcase
behewa carriage,
 compartment
behewa la bafe (katika treni)
 buffet car
behewa la chakula restaurant
 car
behewa la kulala sleeping car
behewa la wasiovuta sigara
 non-smoking compartment
bei price
 bei gani ...? how much ...?
 ni bei gani? how much does
 it cost?
 hii bei gani? how much is
 this?
 bei ni ghali sana the price is

too high
bendera flag
bendi, beni band (musical)
benki bank
beseni la kunawia washhand basin
Bi Miss; Ms
bia (T) beer
biashara business
Bibi Madam; Mrs; Miss; Ms
bibi grandmother; lady
bidhaa goods
bidi should
bila without
bila kuchelewa at once, immediately
bila kukawia immediately
bila shaka certainly, definitely
bila ya without
  bila ya bafu without a bathroom
bila ya shaka of course
  bila ya shaka sivyo of course not
bili bill, (US) check
bima insurance
bima ya gari third party insurance
binafsi: -a binafsi private; personal
binamu cousin
biri cigar
birika kettle
biringani aubergine, eggplant
biskuti biscuit(s), cookie(s); cracker(s)
biya (K) beer
bolpeni ballpoint pen

boma fort or defensive stockade; village
bomba pipe (for water)
bomu bomb
bonde valley
boneti bonnet (of car), (US) hood
bora kabisa best; excellent, super
bora zaidi better; a better one
boriti mangrove poles, used on the coast for building
boti boat
breki ya mkono handbrake
buibui spider; black cloak and scarf of Swahili women
buli teapot
bunda parcel
bunduki rifle
bunge parliament
bure free (of charge)
burudani la muziki concert
bustani garden; park
bustani ya wanyama zoo
busu kiss
buti boot (of car), (US) trunk
Bwana Sir; Mr
bwawa pool
bwawa la kuogelea swimming pool
bwawa la watoto children's pool
bweha jackal
bweha masikio bat-eared fox
bweni dormitory

CH

chache a few; hardly
 siku chache a few days
 ... chache a couple of ...
-chache few
 watu wachache a few
 people
-chafu dirty, filthy
chafuka polluted
chafya sneeze
chagua choose
chai tea; tip; bribe
chakula food; meal; dish
chakula cha asubuhi breakfast
chakula cha jioni evening
 meal, supper
chakula cha mchana lunch
chakula cha watoto wachanga
 baby food
chakula kikuu cha siku
 dinner, evening meal
chakula maalumu diet
chakula muhimu main course
chama party, group
chandarua mosquito net
-changamfu lively
chanja ya gari roof rack
chanja ya kuchomea nyama
 grill
chapa make, brand
chatu python
chaza oyster
cheka laugh
cheki cheque; check
cheki ya safari traveller's
 cheque
chelewa late

chemchemi spring; fountain
chemchemi ya maji ya moto
 hot spring
chenji change
chenza tangerine
cheti cha kupatia dawa
 prescription
chewa rock cod
cheza play
chini down; under; below;
 downstairs; ground
 chini ya under, less than
 chini ya ... at the bottom
 of ...
 -a chini low
chipsi chips, French fries
chizi cheese
choka be tired
-choka tired
-choka kabisa exhausted
chokoleti kahawia plain
 chocolate
chokoleti ya maziwa milk
 chocolate
choma roast
chombo boat, ship
choo (K) toilet, bathroom,
 rest room
choo cha wanaume gents'
 toilet, men's room
choo cha wanawake ladies'
 toilet, ladies' room
choroa oryx
choshwa bored
chubuka bruise
chui leopard
chukia hate
chukua take; lead; collect;
 pick up; carry

chukua tafadhali please keep it

chumba room; cabin

chumba cha hoteli hotel room

chumba cha kulala bedroom

chumba cha kulia dining room

chumba cha mtu mmoja single room

chumba cha watu wawili double room; twin room

chumba chenye bafu room with bathroom

chumvi salt

chungu bitter

chungwa orange

chuo college

chuo kikuu university

chupa bottle; jug
chupa moja ya biya a bottle of beer

chupi knickers, panties; pants, underpants

D

dada sister

daftari notebook

daiwa owe

dakika minute(s)

daktari doctor

daktari wa meno dentist

daladala (T) shared taxi, minibus

damu blood

danganya cheat

danganywa be cheated

nimedananywa I have been cheated

dansi dance
ungependa kucheza dansi? would you like to dance?

daraja bridge (over river)

dari ceiling

darubini binoculars; telescope

darzeni dozen

dawa medicine

dawa ya kikohozi cough medicine

dawa ya kufukuza mbu mosquito repellent

dawa ya kujikinga na wadudu insect repellent

dawa ya kusafisha macho eye drops

dawa ya mafua antihistamine

dawa ya maumivu painkillers

dawa ya mbu mosquito coil

dawa ya meno toothpaste

dazeni dozen

dengu chickpeas

dereva driver

dereva wa teksi taxi-driver

Desemba December

deski la keshia cash desk, till

dhahabu gold

dhahiri clear, obvious

dhaifu weak

dhamana guarantee

dharura emergency

dhidi ya against

dhoruba storm

dini religion

dira compass

dirisha window

dirisha la duka shop window

dirishani in the window

dobi laundryman, laundress; dry-cleaner

-dogo less; small

-dogo sana tiny

dondoo steinbok

duara circle

duka shop, store

duka la chai tea shop

duka la dawa chemist's, pharmacy

duka la keki cake shop

duka la kutengeneza viatu heelbar

duka la magazeti newsagent's

duka la mboga na matunda greengrocer's

duka la mikate na keki bakery

duka la nyama butcher's

duka la sanaa craft shop

duka la vifaa hardware shop

duka la vitabu bookshop, bookstore

duka la vitu anuai department store

duka la vitu vya kizamani antique shop

duka la vitu vya zawadi gift shop

duka la vyakula food shop, food store, grocer's

duka la vyakula tayari delicatessen

duka liuzalo vitu bila ushuru duty-free shop

duma cheetah

dunia world

E

egesha park

ehaa excuse me

eh samahani? sorry?, pardon (me)?

-ekundu red

elewa understand

eleza explain

elezea explain

elfu thousand

-embamba narrow; thin

embe mango

-enda go

endeleza vyema improve

endesha drive

eneo area

eneo karibu na bahari seafront

eneo la kujipatia mizigo baggage claim

eneo la maduka shopping area

-enu your; yours (pl)

epul apple

-etu our; ours

-eupe white

-eusi black

eyakandishan air-conditioner

F

faida profit

familia family

fanya do; make

fanya haraka! hurry up!

faragha secluded; privacy
farasi horse
farasi mdogo pony
fariki die
faru rhinoceros
fasaha fluent
fasiri translate; interpret
Februari February
fedha silver
fenesi jackfruit – large melon-shaped fruit with thick green skin and yellow flesh
feni fan (electrical)
ficha hide
figo kidney
figili (T) celery; radish leaves
fika arrive (people)
fikiri think
filamu film; movie
filamu ya rangi colour film
fisi hyena
fisi maji otter
flaiti flight
flaiti ya kuendeleza safari connecting flight
fleti flat, apartment
fomu form (document)
Forodha Customs
foronya pillow case
fuata follow
fuko la kulalia sleeping bag
fulana sweatshirt; T-shirt; vest, undershirt
fundi mechanic; craftsman
fundi umeme electrician
fundi wa mifereji plumber
fundi wa viatu shoe repairer
funga close, shut; lock; wrap

funga pamoja pack
fungate honeymoon
fungia ndani lock in
fungo civet
fungua open; unlock
fungua mizigo unpack
funo duiker (antelope)
-fupi brief, short
furaha pleasure; fun
 -enye furaha glad
 -a furaha happy
 ni furaha yangu my pleasure
furaha kwa siku ya kuzaliwa! happy birthday!
furaha ya Krismasi! Merry Christmas!
furaha ya Mwaka Mpya! Happy New Year!
furahia enjoy
furahika glad, pleased
fursa opportunity
futa cancel
futi foot (measurement)

G

gani which
 ... -a namna gani? what sort of ...?
gari car; vehicle
 gari limeharibika the car has broken down
gari la automatik automatic
gari la kukodi rented car
gari la mizigo van
gari la wagonjwa ambulance
gati jetty
gazeti newspaper; magazine

genge cliff

-geni foreign; funny, odd, strange

gereza prison

gesi gas

gesi ya kutumia kambini camping gas

-geuka rangi kwa jua suntanned

geuza njia turn off (the road etc)

ghali expensive

gharimu cost

ghorofa flat, apartment; floor, storey

ghorofa ya chini ground floor, (US) first floor

ghorofa ya juu kabisa top floor

ghorofa ya kwanza first floor, (US) second floor

ghuba bay

gilasi glass

giligilani coriander

giza darkness

glasi glass

godoro mattress

gofu golf; ruin

gonga knock

-gonjwa ill, sick

goti knee

gudulia jar

-gumu hard

gundi gum, glue

gurudumu wheel

gwaride parade

H

h- this; these

ha- present negative marker for 'he/she' – he/she doesn't ...

habari information; news

habari? how are things?

habari gani? what's happening?, what's the news?

habari zako? what about yourself?, how about you?

habari za alasiri good afternoon

habari za asubuhi good morning

habari za jioni good evening

hadhari: -enye hadhari careful

hadi to

hadithi story

hafifu poor (quality)

hai- negative present continuous tense marker (sing)

haidhuru it doesn't matter

haifai kitu it's no good

haifanyi kazi it's not working

haiko ... there isn't any ...

haikupikika vyema undercooked

hainiudhi it doesn't bother me

haitoshi there's not enough

haja need

hajihisi vizuri he's/she's not well

haki: -a haki fair, just

haki- negative past tense marker (sing)
hakika certainly; sure
hakuna ... there isn't any ...; there aren't any ...
hakuna kitu nothing
hakuna mtu nobody
hakuna njia no entry
hakuna zaidi nothing else
hakuwa na he/she had not
hali- negative tense marker (sing)
halisi real, genuine
hali ya hewa weather; temperature
haluli laxative
ham- negative marker for 'you' (pl)
hama move
hamaki: -enye hamaki angry
hamjambo? how are you? (pl)
hamkuwa na you had not (pl)
hamna you have not (pl)
hamsini fifty
hana she/he has not
hanithi gay
hankachifu ya karatasi paper handkerchief
hapa here; right here
hapa chini down here
hapana no; not
  hapana, ile no, that one
  hapana asante no thanks
hapana kitu none
hapana ruhusa no entry; not allowed
hapa tu just here
hapo zamani in the past

haradali mustard
haraka urgent; haste; quick, fast
  kwa haraka hastily; quickly
  -a haraka fast; express (mail)
harakisha hurry
harambee (K) local fund-raising gatherings (literally: 'pull together')
-haribika damaged; broken down
haribu damage
hariri silk
harufu smell
harusi wedding
hasa! exactly!
hasara loss
hata even
  hata chembe hardly ever
  hata ikiwa ... even if ...
  hata kidogo not in the least
hatari emergency; danger
  -a hatari serious; risky
  -enye hatari dangerous
hatu- negative marker for 'we'
hatujambo we're fine
hatukuwa na we had not
hatuna we have not
hau- negative tense marker (sing)
havi- negative tense marker (pl)
hawa these (referring to people)
hawa- negative marker for 'they'
hawakuwa na they had not
hawana they have not
hawezi ... he/she can't ...

haya these
haya- negative tense marker
haya chukua here you are, there you are (offering something)
haya, sawa OK, it's a deal
hazi- negative tense marker (pl)
hebu nipishe excuse me (let me through)
hema tent
herini earrings
heri za Krismasi! Merry Christmas!
hesabu bill
heti hat
hewa air
hii this; this one
 ni hii this one
hii hapa ... here is ...
hii ni ...? is this ...?
hii siyo treni itakiwayo this is the wrong train
hii ya nani? whose is this?
hiki this
hili this
hiliki cardamom
hisi feel
Hispania Spain
 -a Hispania Spanish
hitaji need
hivi these (referring to things)
hivi karibuni recently; the other day
hiyo: hiyo nini? what's that?
 hiyo nyingine the other one
hizi these
hizi hapa ... here are ...
hodari clever

hodi! hello, anyone in?
homa temperature
homa ya mafua flu
homa ya manjano yellow fever; hepatitis
homa ya matumboni typhoid
hongera! congratulations!; well done!
hosteli ya vijana youth hostel
hoteli café, (small) restaurant; hotel
hu- negative marker for 'you' (sing)
hudhurungi tan, light brown
huduma ya daktari kwa ndege flying doctor
huduma ya kwanza first aid
huduma ya magari yaharibikayo breakdown service
huduma ya maulizo kwa simu directory enquiries
huduma ya vyumbani room service
hujambo hello; how do you do?; how are you?
huko up there
huku over here
hukuwa na you had not (sing)
huna you have not (sing)
hundi cheque, (US) check
hundi za posta postal orders
huru free
huruma pity
hususan especially
huu this
huyu this (person)

huyu mke wangu this is my wife

huzuni: -a huzuni sad

I

i- subject/object marker; it

iba steal

ibia rob

idadi amount

idara department

idara ya majeruhi casualty department

iendayo kasi express (train)

ifikapo when it arrives

Ijumaa Friday

Ijumaa Kuu Good Friday

ikiwa if

iko ... there is ...

　iko wapi? where is it?

ikulu (T) state house (of the president)

ikweta the equator

ila except

ilani notice

ile that; that one

ilifurahisha it was fun

iliki cardamom

ilikuwa it was

iliokwishatumika second-hand

iliyochomwa grilled

iliyoiva kidogo underdone (meat)

iliyoiva vyema well-done (meat)

iliyokaangwa fried

iliyopita: saa moja iliyopita an

hour ago

wiki iliyopita a week ago

Ijumaa iliyopita last Friday

imba sing

imeandikwa na ... written by ...

imefungwa closed; it's locked

imeharibika out of order

imejaa ... it's full of ...

imekwama it's jammed, it's stuck

imemalizika it's over

imepotea it's disappeared

i-moto warm; hot

inabana tight

ina dosari faulty

inaitwaje? what's it called?

inakirihisha disgusting

inakubidi ... you should ...

inanibidi I must

inanuka it smells, it stinks

inanukia it smells nice

inaruhusiwa? is it allowed?

inashangaza amazing, surprising

inasikitisha disappointing; it's a pity

　inasikitisha! what a shame!

inategemea it depends

inategemea juu ya ... it depends on ...

inatosha that's enough

inatosha sana, asante that's plenty, thanks

inatumika engaged, occupied

inatupasa kuondoka we've got to leave

inauma it's sore

inauzwa for sale

inavutia attractive
inavutia sana that's very interesting
inayokabili opposite
ingawa although
-ingi much; a lot of
ingia come in; go in; get in, arrive
ingine more; another
-ingine other; another; else; next
ini liver (in body)
inshalla if God wills it
ipendwayo na wengi popular
ipi? which one?
ishi live (verb)
ishirini twenty
isio ghali inexpensive; less expensive
isio na marembo plain, not patterned
isio ya kileo non-alcoholic
isio ya kisasa unfashionable
isiozidi less than
isiyolipiwa ushuru duty-free goods
isiyo na lead unleaded petrol
isiyopikika sana medium-rare; rare
isiyo tamu dry (wine)
isiyo tamu sana medium-dry
isiyo ya kawaida unusual, rare
ita call

J

-ja- perfect tense negative marker – has not yet …,
have not yet …
jabali rock
jagi jug; vase
jaketi jacket, (US) coat
jali mind, heed
jalidi frost
jamaa relative
jamala: ni jamala sana that's very kind
jambo matter; hi
see **hello** page 78
jamu jam
jana yesterday
jana asubuhi yesterday morning
jana usiku last night
jani leaf
Januari January
jaribu try; try on
jasusi spy
jawabu answer, reply
jaza fill in; fill up
je indicates a question
jeketi-okozi life jacket
jela prison
jenga build
jengo building
jengo la ukumbusho monument
je ni ...? is it ...?
je ni sawa? is that OK?
jeuri rude
je vipi! hey!
je vipi? how is life?
jibini cheese
jicho eye
jifungia nje lock out
jifunza learn
jihadhari! watch out!

jiko cooker; kitchen
jina name
  jina lako nani? what's your name?
  jina langu ... my name is ...
  jina ni nani ...? the name was ...?
jina la kwanza first name
jina la ubatizo Christian name
jina la ukoo maiden name; surname
jino tooth
jinsia sex
jinzi jeans
jioni evening
  leo jioni this evening
jirani neighbour
jiwe stone
jodari tuna
joko oven
joto heat; hot
  joto sana much hotter; too hot
  -enye joto warm
jozi pair
  jozi ya viatu a pair of shoes
jua know; sun
  -a jua sunny
  kuna jua it's sunny
jua kali (K) open-air car repairer's yard or small workshop
juisi ya balungi grapefruit juice
juisi ya machungwa freshi fresh orange juice
juisi ya machungwa safi fresh orange juice

juisi ya nyanya tomato juice
jukwaa platform, (US) track
Julai July
julisha introduce
Jumamosi Saturday
Jumanne Tuesday
Jumapili Sunday
Jumatano Wednesday
Jumatatu Monday
jumba la makumbusho museum
jumba la mfalme palace
jumba la sanaa art gallery
jumba lenye fleti apartment block
jumla amount; total
  -a jumla general
Juni June
juu at the top; above; up; upstairs; top
-juu high
juu chini upside down
juu ya on; over, above
  juu ya ... on top of ...
juzi the day before yesterday

K

kaa crab; stay; sit
kaa kitako sit down
kabati cupboard; locker
kabeji cabbage
kabichi cabbage
kabisa completely; absolutely; extremely; quite
  sawa kabisa that's quite right
  -a karibuni kabisa latest

kabla before
kabrasha (T) brochure
kaburi tomb
kadhaa several
kadi card
kadi ya bima ya gari green card (car insurance)
kadi ya kuthibitisha cheki cheque card
kadi ya malipo credit card; charge card
kadi ya simu phonecard
kagua check
kahawa coffee
kahawa isiyokuwa na kafeini decaffeinated coffee
kahawa ya kuchujwa filter coffee
kahawa ya unga instant coffee
kahawia brown; beige
kakao cocoa
kalamu pen
kali strong; sharp; hot; spicy; sour
kama if; like; as; the same
  kwa haraka kama iwezekanavyo as soon as possible
  ni kubwa kama as big as
  kama hii the same as this
kamandegere springhare
kamari gambling
kamata catch
kamba lobster; prawn(s); rope
kamba wadogo shrimp(s)
kamba wakubwa lobster
kamba ya kuanikia nguo clothes line

kambi campsite
kamilifu perfect
kampeni campaign
kampuni company, business
kampuni ya utalii tour operator
kamusi dictionary
kamwe never
kandanda football
kando ya ... beside the ...
kanga printed cotton sheet used as a wrap
kangaja clementine
kanisa church; cathedral
kanu genet
karafuu cloves
karanga peanuts; ground nuts; (K) beef stew
karatasi paper
karatasi ya kuandikia writing paper, notepaper
karatasi ya kufungia vitu wrapping paper
karatasi yenye matangazo leaflet
karatasi za chooni toilet paper
karibu almost; near; nearly; come in, enter; welcome; you're welcome
  karibu wakati wote nearly all of the time
karibu kwa ... welcome to ...
karibu na next to; near; nearby
  karibu na bahari by the sea
karimu kind, generous
kasa robo quarter to

kasia oar; oribi
kasirika angry
kasisi priest
kaskazini north
 -a kaskazini northern
 kaskazini ya Zanzibar north
 of Zanzibar
kaskazini magharibi
 northwest
kaskazini masharika northeast
kata cut
kata shauri decide
kati middle
 -a kati the middle one
 kati ya usiku in the middle
 of the night
katika in; into; out of
katika gari langu in my car
katika majira ya baridi in the
 winter
katika ndege on the plane
katikati centre; in the middle
 -a katikati central
katikati ya mji city centre
kaunta ya keshia cash desk
kausha kwa blowa blow-dry
kavu dry
kawaida custom
 -a kawaida usual; normal;
 natural; ordinary; fresh
kazi job; work
KBC Kenya Broadcasting
 Corporation
kebeji cabbage
kelele noise
 -a kelele noisy
kesho tomorrow
kesho alasiri tomorrow
 afternoon

kesho asubuhi tomorrow
 morning
kesho kutwa the day after
 tomorrow
-ki- object marker; it
kiafrika African
 Kiafrika: -a Kiafrika African
kiangazi dry season
kianzio appetizer, starter
kiasi about; quite, fairly; rate
 (for changing money)
 -a kiasi reasonable
kiasi cha about,
 approximately
 kiasi cha nusu about half
 that
kiatu shoe; boot
kiazi potato
kibali permit; official
 permission
kibanda hut
kibanda cha kuuza bidhaa
 kiosk
kibanda cha kuuzia magazeti
 newspaper kiosk
kibanda cha simu payphone;
 phone box
kibanio clothes peg
kibao saddle (for bike)
kibebea mtoto carry-cot
kibebea mtoto mchanga cot
Kibelgiji: -a Kibelgiji Belgian
kibiriti matches
 una kibiriti? do you have a
 light?
kiboko hippopotamus
kichefuchefu nausea
kichekesho joke
kichwa head

kidani necklace
kidevu chin
kidirisha kwenye paa sunroof
kidogo rather; least; little;
  some
  maziwa kidogo a little milk
  ni nzuri kidogo it's rather
  good
kidogo tu just a little
kidole finger
kidole cha mguu toe
kidole gumba thumb
kidonge cha kuzuia mimba
  pill
Kifaransa French (language)
  -a Kifaransa French (adj)
kifaru rhinoceros
kificha uso mask
kifiko destination
kifo death
kifua breast; bust; chest
kifugulia mkebe tin-opener,
  can-opener
kifundo cha mguu ankle
kifundo cha mkono wrist
kifungo button
kifungulia chupa bottle-
  opener
kifuniko lid; cap
kifurushi parcel, package
  kifurushi cha ... a pack of ...
kigae glass
Kiganda: -a Kiganda
  Ugandan
kigari cha mizigo luggage
  trolley
kigingi peg (for tent)
Kihabeshi: -a Kihabeshi
  Ethiopian

Kihindi: -a Kihindi Indian
Kiholanzi Dutch (language)
  -a Kiholanzi Dutch (adj)
kihori dinghy
Kiingereza English (language)
  -a Kiingereza English;
  British
kiingilio admission charge
Kiislamu: -a Kiislamu Islamic;
  Muslim
Kiithiopia: -a Kiithiopia
  Ethiopian
kijana teenager; youth;
  young
kijani green
kijani hafifu light green
kijazo filling (in tooth)
kijazo cha jino crown (on tooth)
Kijerumani German (language)
  -a Kijerumani German (adj)
kijiji village
kijiko spoon
kijiko cha chai teaspoon
kijitabu cha cheki cheque
  book
kikaango frying pan
kikapu basket
kikapu cha katani sisal basket
Kikatoliki: -a Kikatoliki
  Catholic
kikausha nywele hairdryer
kikingamimba contraceptive
kiko pipe (for smoking)
kikoba wallet
kikohozi cough
kikoi brightly coloured
  woven cloth
kikombe cup
kikombe kikubwa mug

kikomo cha spidi speed limit

kikuku bracelet

kikumbusho souvenir

kikundi group

kila every; per

kilabu club

kilainisha nywele conditioner

kila kitu everything

kila mahali everywhere

kila moja each

kila mtu everyone

kila siku every day, daily

kilasi ya kwanza first-class

kilasi ya pili second-class

kilasi ya tatu third-class

kila usiku per night

kile that

kileo alcohol

kilima hill

kima monkey

kima cha kubadilishia sarafu exchange rate

kimaliziamlo sweet, dessert

kimalizio sweet, dessert

kimanda omelette

kimanjano: -a kimanjano yellow

Kimarekani: -a Kimarekani American

kimataifa: -a kimataifa international

kimbia run

kimo height (of person)

kimojawapo either of them

kimya quiet; silence

kina: -enye kina deep

kina kifupi shallow

kinga protection factor

king'ora cha moto fire alarm

kinyago carving

kinyozi barber's, men's hairdresser's

kinywa mouth

kinywaji non-alcoholic drink

kinywaji baridi cold drink

kiondoa harufu mbaya deodorant

kiongoza njia signpost

kioo glass; mirror

kioo cha kutazamia nyuma rearview mirror

kioo cha mbele garini windscreen

kipande piece

kipande cha ... a piece of ...

kipandio step, rung

kipenzi favourite

kipete cha ufunguo keyring

kipimajoto thermometer

kipindupindu cholera

kipira ball

kipofu blind

kipunguzo cha bei discount

kirafiki friendly

kirekebisha hewa air-conditioning

kiroboto flea

kisahani saucer; small plate

kisasa: -a kisasa modern, up-to-date

kisigino heel

kisiwa island

Kisomali: -a Kisomali Somali

kisu knife

kisu cha kukunja penknife

kisugudi elbow

kitabu book

kitabu cha anwani address

book
kitabu cha kumbukumbu diary
kitabu cha simu phone book
kitaifa: -a kitaifa national
Kitaliana Italian (language)
kitambaa cloth
kitambaa cha sufu jersey
kitana comb
kitanda bed; bunk; berth
kitanda cha mtu mmoja single bed
kitanda cha watu wawili double bed
kitanda katika treni couchette
kitangulizi in advance
Kitanzania: -a Kitanzania Tanzanian
kiti chair; seat
  kiti hiki kina mtu? is this seat taken?
kiti cha dirishani window seat
kiti cha kujinyoshea deckchair
kiti cha kuotea jua sun lounger
kiti cha ujiani aisle seat
kitindamlo dessert
kitoto small child, infant
kitu something; thing
  kitu cha kula something to eat
kitu cha kizamani antique
kitu cha kuchezea toy
kitu chochote anything
  kitu chochote kingine? anything else?
kitu kingine something else
kitundikia nguo coathanger

kitunguu onion(s)
kitunguu saumu, kitunguu thomu garlic
kituo cha basi bus stop
kituo cha mabasi bus station
kituo cha mapumziko stopover
kituo cha petroli petrol station, (US) gas station; service station
kituo cha teksi taxi rank, taxi stand
kiu thirst
kiuavijasumu antibiotics
kiunga suburb
kiungulia indigestion
kiuno waist
kivuli shade
kivulini in the shade
kivutia hewa majini snorkel
kiwanda omelette; factory
kiwanja cha michezo playground
kiwashia sigara cigarette lighter
kiwiko elbow
Kiyahudi: -a Kiyahudi Jewish
kiyoyozi air-conditioning
kizibao waistcoat
kizibo cork; cap; plug
kizibuo corkscrew
kizima moto fire extinguisher
kiziwi deaf
kizuia ugandaji antifreeze
kizungu: -a kizungu European
kizuri nice
klabu club
klabu ya burudani nightclub
-ko indicates indefinite

location

yuko ndani? is he in?

kochi couch, sofa

kode code

kode ya simu dialling code

kodi hire; rent

kodisha (K) hire

kofia cap; hat

komamanga pomegranate

komba bushbaby

kome mussels

kona turning; corner

kongoni hartebeest

koo throat

kopo (K) tin, can

kopo la petroli petrol can, (US) gas can

korongo roan antelope; crane (on coast)

korosho cashew nuts

kosa mistake, error; fault

-kosa miss

krimu cream

krimu ya kuhifadhi ngozi sunblock

krimu ya kunyesea ngozi moisturizer

krimu ya kunyolea shaving foam

Krismasi Christmas

krispu crisps, (US) (potato) chips

ku- marker added to the verb to form the infinitive

-ku- negative past tense marker

kuambukiza: -enye kuambukiza infectious

kuamsha kwa simu wake-up call

kuathiriwa na jua sunstroke

kubabuka kwa jua sunburn

kubadilisha pesa exchange currency; currency exchange

kubali accept; agree

-kubwa big, large

-kubwa sana enormous; too big

-kubwa zaidi a lot bigger

kuchanja vaccination

kuchekesha: -a kuchekesha funny, amusing

kuchekwa: -a kuchekwa ridiculous

kuchemsha: -a kuchemsha boiled

kucheza dansi dance

kuchoma: -a kuchoma grilled

kuchosha: -enye kuchosha boring

kuchwa kwa jua sunset

kudhurika kwa chakula food poisoning

kuelekea direction; towards

kuelekea kulia to the right

kuendesha chelezo rafting

kuendesha mtumbwi canoeing

kufaa to be useful

-a kufaa valuable

-enye kufaa convenient; useful

kufanana: -a kufanana typical

kufika arrival

kufuli lock

kuharibika breakdown

kuharisha diarrhoea

kuhusu about, concerning
kuigiza: -a kuigiza imitation
kuingia entrance
kuingia hedhi period (menstruation)
kuingia mapangoni caving
kuingia mwezi period (menstruation)
kuja to come; to come back
kujiandikisha check-in
kujifurahisha enjoy oneself
kujihudumia mwenyewe self-service
kujogi go jogging
kukaanga: -a kukaanga fried
kukata nywele haircut
kukatika kwa umeme power cut
kukawia delay
kuku chicken
kula eat
kulala na chakula cha asubuhi bed and breakfast
kulastara heron
kule there; over there
kule juu up there
kulevya: -enye kulevya alcoholic
kulia right (not left)
kuliko than; more than
kuliko -ote the most
ndogo kuliko smaller than
kumbuka remember
kumetanda mawingu cloudy
kumetokea nini? what has happened?
kumi ten
kumradhi excuse me, sorry
kuna ... there is ...; there are ...
kuna makosa gani? what's wrong?
kuna nini? what's the matter?, what's wrong?
kunajisi rape
kunde cow peas
kundi crowd
kundi la wanyama herd
kunradhi excuse me, sorry
kunywa drink
kuomba radhi apology
kuona sight
kuondoka departure
kuosha vyombo do the washing-up
kupanda riding
kupanda baisikeli cycling
kupanda bao lenye tanga sailboarding
kupanda chelezo cha tanga windsurfing
kupanda farasi horse riding
kupanda milima mountaineering
kuparamia milima climbing
kupatana bargaining
kupeleka faksi fax
kupendeza: -a kupendeza pleasant
kupinda bend
-enye kupinda winding
kupiga kambi camp
kupiga mbizi diving
kupiga simu phone
kupitia through; via
kurejeshewa pesa refund
kuro, kuru waterbuck
kuruba bend (in road)

kurudi to go back
kusafisha filamu film
  processing
kusanya collect
kushangaza: -enye
  kushangaza astonishing
kushoto left; on the left; to
  the left
  njia ijayo kushoto the next
  street on the left
kusini south
  -a kusini southern
kusini magharibi southwest
kusini mashariki southeast
kusisimua: -a kusisimua
  exciting
kusokotwa tumbo upset
  stomach
kusumbua: -enye kusumbua
  annoying
kutafsiri translation
kutana meet
kuteleza: -enye kuteleza
  slippery
kutembea walking
kutembelea sightseeing
kutisha: -a kutisha horrible
kutoelewana
  misunderstanding
kutoka from; exit
kutokosa: -a kutokosa boiled
kutopata choo constipation
kutoridhishwa disappointed
kutosha: -a kutosha enough
kuukuu old
kuumiza: -enye kuumiza
  painful
kuumwa na mdudu insect
  bite

kuvua samaki fishing
kuvuka across; crossing
kuvuka njia across the road
kuvutia: -a kuvutia
  impressive
kuwa be
kuwa na to have
kuwasili arrival
kuwekesha reservation
kuzamia mbizi snorkelling;
  skin diving
kwa by; to; for
  kwa basi/gari by bus/car
  kwa treni by train
  kwa Maisara at Maisara's
  kwa Kiingereza in English
  kwa Kiswahili in Swahili
  kwa ... iwezekanavyo as ... as
  possible
kwa afya yako! cheers!
kwa bahati nzuri fortunately
kwa dobi laundry (place)
kwa ghafula suddenly
kwa heri goodbye, cheerio
  (said to one person)
kwa herini goodbye, cheerio
  (said to more than one person)
kwa jumla general
kwa kawaida mostly
kwake to him/her; at his/
  her place
kwa kiasi fairly
kwa kiasi tu so-so
kwako at your place
kwa kweli really
kwama stuck, jammed
kwa makusudi deliberately
kwa matumainio hopefully
kwa miguu on foot, walking

kwa nini? why?
  kwa nini isiwe hivyo? why not?
kwanza first; at first
  -a kwanza (the) first
kwa rejesta by registered mail
kwaruza scratch
kwa sababu because
  kwa sababu ya because of
kweli true
  ni kweli that's right
  -a kweli genuine
kwenda go
kwenda madukani shopping; go shopping
kwenye at; on
kwetu at our house

L

la eat; no
  la, bado no, not yet
  la asante no thanks
labda perhaps, maybe; probably
  labda sivyo perhaps not
ladha flavour; taste
la hasha certainly not
  la hasha! no way!; God forbid!
laini smooth, soft
laita cigarette lighter
lake his; her
lakini but
lala sleep; lie down
lalamika complain
lala salama good night

(literally: sleep peacefully)
lazima necessary; must; have to
  ni lazima ni-...? do I have to ...?
  si lazima it's not necessary
-le that (further away)
  -le ni ...? is that ...?
leo today
  leo asubuhi this morning
  leo usiku tonight
leseni licence
leseni ya gari driving licence
leta bring; get, fetch
lewa be drunk
li- subject/object marker
-li- past tense marker
lia cry
lifti lift, elevator
likizo holiday, vacation
  likizoni on holiday, on vacation
likizo la kitaifa public holiday
liko wazi open
-likuwa was; were; had
lile that
limau lemon
limefungwa closed
lini? when?
-liobabuka kwa jua sunburnt
-liochacha stale
-liokauka dehydrated
-liokufa dead
-liolegea loose
-liovimba swollen
lipa pay
-lipasa got
losheni lotion, cream
losheni ya kujikinga na jua

suntan lotion
lowa get wet, be soaked
lozi almond
lugha language

M

m- you (pl)
-m- him; her
maadini metal
maandazi doughnut
maanisha mean
mabasi buses
Machi March
macho eyes
machungwa oranges
madafu green coconuts
madawa ya kulevya drugs, narcotics
maegesho ya magari car park, parking lot
maelezo description; information
maembe mangoes
maendeleo progress, development
mafigo kidneys
mafua cold (illness)
mafuriko flood
mafuta oil
mafuta ya kujikinga na jua suntan oil
magari cars; vehicles
magari barabarani traffic
magari ya kukodi car rental
magendo corruption, bribery
magharibi west

-a magharibi western
magofu ruins
mahali somewhere; place
mahali pa kubadilishia pesa bureau de change
mahali pa kukaa accommodation
mahali pa kukutania meeting place
mahali pa wenyeji local people's place (for example, market, bar or coffee shop where local people meet and chat)
mahali pengine somewhere else
maharag(w)e beans; red kidney beans
maharagwe ya kifaransa French beans
mahindi corn
maili mile
maili bila ya kikomo unlimited mileage
maini liver (food)
maisha life
majani grass
majarini margarine
maji water
maji baridi cold water
majimaji: -a majimaji wet; damp
majira ya baridi winter
majira ya chipuko spring
majira ya joto summer
majira ya mvua rainy season
majira ya pukutiko la majani autumn, (US) fall
maji ya balungi grapefruit juice

Lo

maji ya embe mango juice

maji ya kunywa drinking water

maji ya kuosha washing water

maji ya machungwa orange juice

maji ya machungwa safi fresh orange juice

maji ya matunda fruit juice

maji ya mfereji tap water

maji ya moto hot water

maji ya mvuke distilled water

maji ya nanasi pineapple juice

maji ya soda mineral water

makabunini cemetery

makanika mechanic

makini sober

makome shellfish

maktaba library

makusudio destination

makutano ya njia junction, intersection

makuti palm-leaf roof

malai cream

malalamiko complaint

malaya prostitute

malazi na chakula full board

malazi na chakula mara mbili half board

malhamu ointment

malipo charge

malipo kwa mpigiwa simu reverse charge call, collect call

malipo ya huduma service charge

maliza finish

mama mum, mother; Madam; Mrs; Miss; Ms

mama mdogo aunt (maternal)

mama mkwe mother-in-law

mamba crocodile

manamba 'turnboy' – ticket collector on Kenyan matatu minibuses

mandari picnic

mandhari view; scenery

manukato perfume

manyatta temporary cattle camp (Maasai)

manyunyu shower (of rain)

maonyesho exhibition

maonyesho ya biashara trade fair

mapafu lungs

mapambo ya vito jewellery

mapazia curtains

mapema early

mapenzi love

mapigano fight

mapokezi reception

maporomoko ya maji waterfall

mara time

mara kwa mara frequent

si mara nyingi not often

mara mbili twice

mara mbili zaidi twice as much

mara tatu three times

mara ya kwanza the first time

mara ya mwisho last time

maradufu double

mara moja once (one time)

mara nyingi often
mara nyingine next time; sometimes
marashi maalumu ya nywele hair spray
Marekani the United States
mashariki east
 -a mashariki eastern
masharubu moustache
mashindano ya mbio race
mashine machine
mashine ya kufagilia vacuum cleaner
mashine ya kufulia washing machine
mashini ya kukaushia spin-dryer
mashini ya kunyolea shaver, electric razor
masikini poor; the poor; beggars
masomo ya lugha language course
mastafeli soursops – edible white-fleshed fruit with spiny skin and black seeds
matako bottom
matangazo broadcast
matata problems, hassles
matatanisho mix-up
matatu (K) shared pick-up taxi, minibus
matiti wazi topless
matopetope custard apples
matunda fruit
maulizo information desk
maumivu ache; pain
maumivu ya jino toothache
maumivu ya kichwa headache

maumivu ya koo sore throat
maumivu ya mgongo backache
maumivu ya sikio earache
maumivu ya tumbo stomachache
mawimbi wave
 -enye mawimbi curly
mawingu cloud
 -enye mawingu dull
mayai eggs
maziko, mazishi funeral
maziwa milk
maziwalala (K) yoghurt; sour milk
maziwa ya kuganda (T) yoghurt; sour milk
mazoezi practise
mbaazi pigeon peas
mbali far
 kwa mbali in the distance
mbalimbali separately
mbali na apart from
mbao wood (material)
mbatata potato(es)
mbaya nasty, horrible
 si mbaya not bad
mbaya sana awful, shocking; much worse
mbega colobus monkey
mbele front
mbele ya beyond; in front
 mbele ya hoteli in front of the hotel
mbele zaidi further
 mbele zaidi njiani it's further down the road
mbili two
mbingu sky

mboga vegetables

mbu mosquito

mbuga ya taifa national park

mbuga ya wanyama game park, reserve, wildlife park

mbuzi goat

mbwa dog

mbwa mkali! beware of the dog!

mbwa mwitu jackal

mchana daytime

mchana kutwa all day

mchanga sand

mchele rice (uncooked)

mchezaji maarufu film star

mchezo sport; game; play

mchezo wa kuigiza show (in theatre)

mchicha spinach

mchikichi palm tree

mchomo burn

mchoyo greedy

mchumba fiancé(e)

mchuzi curry; sauce; gravy

mdomo mouth

mdudu insect, bug

-me- perfect tense marker; verb tense marker indicating something that has just happened and is continuing

mechi game, match

mechi ya kandanda football match

Mei May

meli ship

kwa meli by ship

mende cockroach

meneja manager

meneja wa kike manageress

meno bandia dentures

menyu menu

menyu maalumu set menu

menyu ya chakula menu

-mepotea missing

metali metal

meza table(s)

mfalme king

mfano example

kwa mfano for example

mfarishi duvet

mfasiri translator

mfereji canal; tap, faucet

mfuko bag; carrier bag; pocket

mfupa bone

mgeni guest; foreigner; stranger

mgongano crash

mgongo back (of body)

mgonjwa sick person

mgonjwa wa kisukari diabetic

mguu foot; leg

mhanga aardvark; sacrifice

mhudumiaji waiter; waitress; steward

mhudumiaji wa kike stewardess; waitress

miadi appointment

mia moja hundred

midomo lips

miguu: kwa miguu on foot

miji towns

mila custom

-a mila traditional

miliki own; rule over

milimani in the mountains

mimi I; me

mimi ni I am
mimi pia me too
mindi duiker
minsi minced meat, ground meat
miongoni mwa among
mita metre
miti trees
miwani glasses, spectacles, eyeglasses
miwanilenzi contact lenses
miwani ya jua sunglasses
mizigo luggage, baggage
mizigo iliyozidi uzito excess baggage
mizigo ya mkononi hand luggage
mji city, town
mjini in town
mjini Nairobi in Nairobi
mji mkongwe (T) old town
mjinga idiot; stupid, thick
mji wa kale (K) old town
mjomba uncle (mother's brother)
mjukuu wa kike granddaughter
mjukuu wa kiume grandson
mkabala opposite
mkahawa small restaurant; tea shop, coffee shop, café
mkalimani interpreter
Mkanada Canadian
mkanda wa kujiokolea lifebelt
mkasi scissors
mkate bread; loaf; roll
mkate kahawia brown bread
mkate mweupe white bread
mkate wa brauni brown bread

mkate wa ngano (isiyokomolewa) wholemeal bread
mkato cut
mke wife
mkebe (T) tin, can
mkebe wa biya a can of beer
mkeka wa kutumia pwani beach mat
Mkenya Kenyan
mkesha wa Krismasi Christmas Eve
mkesha wa Mwaka Mpya New Year's Eve
mkoa region
mkoba bag, handbag, (US) purse; briefcase
mkondo current (in water)
mkono arm; hand
mkono wa vazi sleeve
mkuki spear
mkutano conference; meeting
mkwe son-in-law; daughter-in-law
mlango door; gate; entrance
mlango wa dharura emergency exit
mlango wa kutokea exit
mlemavu disabled person
mlembe sanitary napkins/towels
mlezi wa muda baby-sitter
mlikuwa na you had (pl)
mlima mountain
mlinzi caretaker
mlo course (meal)
mlolongo queue
Mmarekani American

mmea plant
mmilikaji owner
mna you have (pl)
mnamo: mnamo dakika mbili in two minutes
  mnamo siku mbili in two days' time
mnyama animal
-mo indicates inside location
moja one
-moja single
moja kwa moja direct; straight; straight ahead
mojawapo either
Mola God
mondo serval
moran man in the warrior age group of Maasai or Samburu
moshi smoke
moto fire; hot
  inawaka moto it's on fire
moyo heart
mpaka border; until; to
mpaka wapi? where to?
mpanda baisikeli cyclist
mpenzi wa kiume boyfriend
mpingo ebony
mpira ball; football; rubber
mpira wa tairi inner tube
mpishi cook
mpokeaji pensheni pensioner
mpokea wageni receptionist
Mprotestanati Protestant
mpwa wa kike niece
mpwa wa kiume nephew
mpya new; novel
mroho greedy
msaada help

-a msaada helpful
msagaji lesbian
msalani (T) toilet, (US) rest room
msanii artist
msenge gay
mshoni tailor
mshtuo shock
mshumaa candle
msiba disaster
msichana girl
msikiti mosque
msitu forest, woods; jungle
msogamano wa magari traffic jam
mstaafu retired
mstari line
msumari nail (metal)
Msumbiji Mozambique
msusi hairdresser's (women's)
mswaki toothbrush
mtalaka divorcé(e)
mtalii tourist
mtama millet; sorghum
Mtanzania Tanzanian
mtayatisha nywele hairdresser's (women's)
mtembezaji watalii tour guide
mti tree
mtihani exam
mto pillow; cushion; river; stream
mtoto child, kid
mtoto mchanga baby
mtoto wa bandia doll
mtoto wa kike daughter
mtoto wa kiume son
mtu person; man; somebody, someone

mtumbwi canoe
mtumishi wa kike maid
mtu mzima adult
mtu yeyote anybody
muda period (of time); during
  kwa muda gani? how long?
muda mrefu a long time
muhanga aardvark
muhimu important; main;
  essential, vital
  ni muhimu it's important
  ni muhimu kwamba ... it is
  essential that ...
  si muhimu it's not important
muhogo cassava
muhula term
mume husband
mumunye courgette,
  zucchini
Mungu God
mung'unye courgette,
  zucchini
murram red or black clay
  soil; road
muuguzi nurse
muuza maua florist
muuza miwani optician
muuza samaki fishmonger's
muziki music
muziki wa kimila folk music
muziki wa kisasa pop music
mvinyo wine
mvinyo nyekundu red wine
mvinyo nyeupe white wine
mvua rain
  katika mvua in the rain
  mvua inanyesha it's raining
mvua ya radi thunderstorm
mvujo leak

mvulana boy
mvunjiko fracture
Mwafrika African
mwaka year
mwaka huu this year
Mwaka Mpya New Year
mwaliko invitation
mwalimu teacher
mwambie anipigie simu,
  tafadhali please ask him to
  call me
Mwamerika American
mwanafunzi student;
  beginner
mwanagenzi beginner
mwanamke woman
mwanamuziki musician
mwananchi person; national,
  citizen; peasant; worker
mwangalizi wa watoto child
  minder
mwanga wa jua sunshine
mwanzo beginning, start
mwanzoni at the beginning
mwasho itch
Mwaustralia Australian
mwavuli umbrella
mwavuli mkubwa sunshade
mwavuli wa kutumia pwani
  beach umbrella
mwembamba skinny
mwenye akili intelligent
mwenye haya shy
mwenye kifafa epileptic
mwenye mimba pregnant
mwenye nguvu strong
mwenye usingizi sleepy
mwenye uzoefu experienced
mwenyewe owner; myself;

yourself; himself; herself
mwenzi partner (boyfriend, girlfriend etc)
mwezi month; moon
 mwezi huu this month
mwezi wa kumi (T) October
mwezi wa kumi na mbili (T) December
mwezi wa kumi na moja (T) November
mwezi wa kwanza (T) January
mwezi wa nane (T) August
mwezi wa nne (T) April
mwezi wa pili (T) February
mwezi wa saba (T) July
mwezi wa sita (T) June
mwezi wa tano (T) May
mwezi wa tatu (T) March
mwezi wa tisa (T) September
mwili body
mwimbaji singer
mwimbaji wa kisasa pop singer
mwisho end
 -a mwisho last
mwishowe eventually
mwitu forest; jungle
mwituni: -a mwituni wild
mwizi thief
mwizi mchomoa mifuko pickpocket
mwongozi guide (person)
mzaha joke; ridicule
mzee old; senior citizen; old man (a term of respect)
Mzungu European
mzuri nice

N

na and; with
 na mimi pia so am I; so do I
-na- present continuous tense marker
naelewa I see, I understand
naenda ... (K) I'm going to ...
nafikiria hivyo I think so
nahitaji ... I need ...
naipenda ... I like ..., I love ...
naishi ... I live in ...
nakaa ... I'm staying at ...
nakshi ya shanga beadwork
nakubali I agree
nakumbuka I remember
nakupenda I like you
nakupongeza! congratulations!
nakutakia mema best wishes
nakutakia siku njema have a nice day
nakwenda... (T) I'm going to ...
namba(ri) number
namba ya flaiti flight number
namba ya jimbo la simu area code
namba ya kusajiliwa registration number
namba ya safari flight number
namba ya simu phone number
namna sort
 namna gani? what's up?
nanaa mint

nanasi pineapple
nane eight
nani? who?; who is it?
  ni nani wewe? who's calling?
na nusu half past
nao with them
napenda zaidi ... I prefer ...
na robo quarter past
nasahau I forget
nasi with us
nasikitika sana I'm really
  sorry
nasisitiza I insist
nataka ... I want ..., I'd
  like ...
natazama tu I am just
  looking around
natoka ... I'm from ..., I
  come from ...
natumai kwamba ... I hope
  that ...
nauli fare
naumwa I feel ill
nawe with you (sing)
naweza ...? could I ...?;
  could I have ...?
naweza kuiona? may I see it?
naweza kukaa hapa? can I sit
  here?
naweza kuona? can I see?
**naweza kuona leseni yako,
  tafadhali?** can I see your
  licence, please?
naweza kupata ...? can I
  have ...?
naweza kutazama? can I
  have a look?
naye with her/him
nazi ripe coconut(s)

nchi country; state
ndani inside
ndani ya nyumba indoors
ndege bird; plane, airplane
  kwa ndege by air, by plane;
  by airmail
ndevu beard
ndimu lime
ndiyo yes; sure; it is
  ndiyo, tafadhali yes, please
  ndiyo hasa that's it, that's
  right
ndizi banana(s); plantain(s)
ndoo bucket
ndoto dream
ndovu elephant
ndugu brother
nemechoshwa I'm bored
nenda go away
nenda chini go down (the
  stairs etc)
nenda zako we! go away!
-nene fat; thick
neno word
nepi nappy, diaper
nepi za tumia-utupe
  disposable nappies/diapers
nesi nurse
ng'ambo abroad
ngamia camel
ngao shield
ngapi? how many?; how
  much?
ngawa serval
ngazi stairs
nge scorpion
ngiri warthog
ngisi squid
ngoja wait

ngojea kwa hamu look forward to

ngoma drums; dancing; party; celebration

ngoma ya kimila folk dancing

ng'ombe cow

ngome castle; fort

ngozi skin; leather; suede
 -a ngozi leather; suede

nguchiro mongoose

ngumu difficult

nguo clothes; dress; cloth, fabric

nguo ya kuogelea swimming costume

nguo za kiume menswear

nguo za kufuliwa laundry, washing

nguo za wanawake ladies' wear

nguru kingfish

nguruwe pig; hog

ni is; are; it is; that is; they are; I am
 (je) ni ...? is it ...?
 ni ghali a bit expensive

ni- I

-ni indicates plural form of verb

-ni- me; object marker

nifuate follow me

ni kiasi gani? how much is it?

nikupe lifti? would you like a lift?

ni kweli? really?

niletee send it to me; bring me

nilikuwa na I had

nimefurahi kukutana nawe, nimefurahi kuonana nawe pleased to meet you

nimekosea namba I've got the wrong number

nimeoa/nimeolewa I'm married (man/woman)

nimesahau I've forgotten

nina I have

ninaelewa! I see!, I understand!

ninaitwa ... I am called...

ninakaa ... I am staying at/in ...

ninatoka ... I'm from ...

ningependa ... I'd rather ...

ningojee wait for me

nini? what?

ninyi you (pl)

nipe give me

nipige picha! take a picture of me!

nitaonana nawe baadaye see you later

njaa hunger
 nina njaa I'm hungry
 -enye njaa hungry

nje out; outside; in the open air

njegere peas

njia route(s); road(s); street(s); path(s); lane(s); pass (in mountains)
 ni njia hii it's this way
 ni njia ile it's that way

njiani down the road; on the street

njia imefungwa road closed

njia kuu main road

njia panda crossroads, intersection; fork (in road)
njia ya chini kwa chini tunnel
njia ya kuukimbia moto fire escape
njia ya panda crossroads, intersection; fork (in road)
njia ya reli railway
njugu nuts; peanuts
njugunyasa peanuts, ground nuts
nne four
Noeli Christmas
noti note, (US) bill
Novemba November
nsya duiker
nukta second (of time)
nungu porcupine
nunua buy
nuru light; brightness
-enye nuru bright
nusu half
nusu chupa half-bottle
nusu darzeni half a dozen
nusu saa half an hour
nusu ya bei half-price
nusu ya nauli half fare
nyama meat
nyama choma (K) roast meat
nyama ya bata duck
nyama ya kanga guinea fowl
nyama ya kondoo lamb; mutton
nyama ya kuchoma roast beef; (T) roast meat
nyama ya kuku chicken
nyama ya kwale pheasant; partridge
nyama ya mawindo game

nyama ya mbuni ostrich
nyama ya mbuzi goat
nyama ya ndama veal
nyama ya ng'ombe beef
nyama ya nguruwe pork; bacon
nyama ya njiwa pigeon
nyama ya nyati buffalo
nyama ya paa venison
nyama ya sungura hare; rabbit
nyama ya swala impala
nyamaza! quiet!; shut up!
nyani baboon
nyanya grandmother; tomato(es)
nyati buffalo
nyegere ratel
nyekundu red
nyembe razor blades
nyepesi light (not heavy)
nyeusi dark; black
nyigu wasp
nyingi many; a lot, lots, plenty; a lot more
nyingi sana quite a lot; too much
... nyingi sana lots of ...
si nyingi not many; not much, not a lot
si nyingi sana not very much
nyingine different; other; others
nyinyi you (pl)
nymera topi
nyoka snake
nyonga hip
nyongeza supplement

nyota star
nyuma back; at the back; behind
  nyuma yangu behind me
nyumba house; lodge
nyumbani home
  nyumbani kwangu at my home
nyumba ya kupanga boarding house
nyumba ya wageni guesthouse
nyumbu wildebeest
nyuzi za viatu shoelaces
nywa drink
nywele hair
nzi fly (insect)
nzito heavy
nzuri good; pretty; nice
  ni nzuri sana! that's great!
nzuri sana great, terrific

O

-oa marry
ofisi office
ofisi ya baraza la mji town hall
ofisi ya kukatia tiketi box office
ofisi ya kuweka mizigo left luggage (office), baggage checkroom
ofisi ya tikiti ticket office
ofisi ya utalii tourist information office
ofisi ya vitu vilivyopotea lost property office

ofisi ya wakala wa usafiri travel agent's
ogelea swim
-olewa married (woman)
omba ask
omba lifti hitchhike
ona find; see; meet
onana see; meet
ondoka leave; go away
  ondoka! go away!
ongoza lead
onyo! warning!
operesheni operation
orodha ya chakula menu
orodha ya mvinyo wine list
osha wash
ota jua sunbathe
-ote whole
-ote mbili both

P

pa give
paa suni antelope
paipu pipe
paipu ya ekzosi exhaust (pipe)
paishio safari destination
paja thigh
paji forehead
paka cat
pakiti ya sigara a packet of cigarettes
pa kujaribia nguo fitting room
palahala antelope
pamba cotton; cotton wool, absorbent cotton

pamoja altogether; together
  pamoja na with; together
  with
pana wide
panda get on
panda juu go up
panga machete
pango cave
panya rat; mouse
papa shark
papai papaya, pawpaw
papo hapo straight away
parachichi avocado
Pasaka Easter
pasheni passion fruit
pasi iron (for ironing); pass
pasi ya kuingilia chomboni
  boarding pass
pata have; get, obtain; catch
patana deal (business)
pauni pound (money)
pazia blind(s); curtain(s)
pazia la vibapa shutter(s)
pea pear
pekee alone
peke yangu by myself
pekua search
peleka send; forward
peleka kwa posta mail
pembe horn (of animal)
pembeni side
penda like; love
penda zaidi prefer
pendelea interested
pengine sometimes; another
  time; another place; might
penseli pencil
pera guava
peremende sweets, candies

pesa money, cash
  sina pesa I have no money
  pesa ngapi ...? how much
  is ...?
pete ring
pete ya ndoa wedding ring
petroli petrol, (US) gas
peya pear
-pi which
pia too, also
picha photo, picture;
  portrait
picha ya kuchora painting
pichi peach
piga hit
piga kelele shout
piga picha mimi! take a
  picture of me!
piga simu call, phone; dial
pika cook
pikipiki motorbike
pikipiki ndogo moped
pili second
  -a pili (the) second
pilipili pepper(s); chilli(es)
pilipili manga black pepper
pima weigh
pimbi rock hyrax
pinda turn
pinda kushoto/kulia turn
  left/right
pini pin; safety pin
pipa bin
pipa la taka dustbin, trash
  can
piripiri chillies
pita go through; overtake
pitia call round
plagi plug; spark plug

plasta plaster, Bandaid®
pletfomu platform, (US) track
-po marker indicating definite location
  yupo hapa? is he/she here?
pochi purse (for money)
pofu eland
pointi za ditributa points (in car)
pokea take, accept
pole I'm sorry to hear that, what a shame
-pole polite
polepole slow; slowly; gradually
polisi policeman; police
polisi wa kike policewoman
pombe alcohol; alcoholic drink; type of home-brewed beer
ponda knock down
ponesha cure
porojo idle chatter
posa engaged (to be married: man)
posta post office
posta kuu main post office
postikadi postcard
postkodi postcode, zip code
poswa engaged (to be married: woman)
potea disappear
poteza lose
pua nose
pumu asthma
pumzika rest
punda donkey, ass; horse
punda milia zebra
punde moment; soon

punde hivi in a minute
punguza trim
punguza bei! reduce the price!
punguza kidogo! come down a little!
punguza spidi! slow down!
punja swindle
punjwa be swindled
  nimepunjwa I have been swindled
-puuzi silly
pwani beach; coast
pweza octopus

R

radi thunder
rafiki friend
rafiki wa kike girlfriend
rafiki wa kiume boyfriend
rafu shelf
raha comfort
rahisi cheap; easy, simple
rai opinion; suggestion
raia citizen
rais president (of country)
ramani map
ramani ya njia street map; road map; network map
ramsa fair
ramu rum
rangi colour; paint
rangi ya kijivu grey
rangi ya kunde brown
rangi ya malai cream
rangi ya machungwa orange
rangi ya mdomo lipstick

rangi ya viatu shoe polish
rangi ya waridi pink
rangi ya zambarau purple
rasmi formal
ratiba timetable, (US)
  schedule
ratili pound (weight)
-refu long; tall
rejesha bring back
rejeshea kupigia simu ring
  back
rejesta registered
reli rail
riadha athletics
rikodi record (music)
ripoti report
risiti receipt
robo quarter
rojo gravy
roshani balcony
rubani pilot
rubuni deposit (as part payment)
rudi come back, return, go
  back; get back
rudia repeat
rudisha give back
ruhusa permission
ruhusu let, allow
ruka jump
rusha throw
rushwa corruption

S

saa clock; o'clock; hour;
  time; wristwatch
  (ni) saa ngapi? what time is
  it?

saa sita ya usiku midnight
saa ya kengele alarm clock
saba seven
sabini seventy
sabuni soap
sabuni ya majimaji washing-
  up liquid
sabuni ya unga washing
  powder, soap powder
sadiki believe
safari safari; journey; travel
safari kwa baluni balloon
  safari
safari kwa basi coach trip
safari kwa basi dogo minibus
  safari
safari kwa meli cruise
safari kwa ndege flight; air
  safari
safari kwa ndege ya ratiba
  scheduled flight
safari kwa ngamia camel
  safari
safari njema! have a good
  journey!
safari ya kuongoza watalii
  guided tour
safari ya makao kambini
  camping safari
safari ya matembezi day trip
safari ya mpango wa jumla
  package holiday
safari ya utalii tour
safari za kimataifa
  international flights
safari za ndege za ndani
  domestic flights
safi clean; fine; cool
safi kabisa great, excellent

safiri travel
safiri kwa ndege fly
safisha clean; develop
sahani plate
sahau forget
sahihi correct, accurate
saidia help
saidia maskini! help the poor!
saini signature
saizi size
sakafu floor (of room)
 sakafuni on the floor
salama safe
samahani sorry; excuse me
 samahani? sorry?, pardon (me)?
 samahani kukusumbua sorry to bother you
 samahani, nimekosea namba sorry, wrong number
 samahani nipishe excuse me
samaki fish
samehe forgive
sampuli pattern; sample
sana very; too; so
sanaa art
sanamu statue
sandara mandarin(s)
sanduku box
sanduku la barua, sanduku la posta letterbox, mailbox
sange elephant shrew
sapatu sandal(s), slipper(s)
sarafu coin
sarafu ya Kiingereza sterling
sasa now
sasa hivi soon
sauti voice

-enye sauti kubwa loud
savieti serviette
sawa all right, OK; right, correct; that's fine; yes; similar
 niko sawa I'm OK
 ndiyo, sawa yes, that's fine
 sawa! right!
 ni sawa that's fine
 ni sawa tu that's OK
secunde second
sehemu part
 sehemu ya ... a bit of ...
 sehemu kubwa a big bit
 sehemu ndogo a little bit
 sehemu maarufu za ... the sights of ...
sehemu ya chini ground floor, (US) first floor
sehemu ya mapokezi reception desk
sehemu ya watoto children's portion
seli sale
sema speak; say; talk
 sema polepole speak slowly
 sema tena repeat
 sema uongo lie, tell a lie
serikali government
shahamu fat (on meat)
shahidi witness
shamba country, countryside; small farm; plot; farm; plantation
shanga beads
shangazi aunt (paternal)
shanta rucksack
shauri advice
shavu cheek (on face)

shawa shower (in bathroom)
-enye shawa with shower
shelisheli breadfruit – large
  roundish fruit eaten boiled
  or roasted
shemegi, shemeji brother-in-
  law; sister-in-law
sherehe festival
sheria law
shida trouble
  sina shida I'm all right
  una shida yoyote? are you
  all right?
  -a shida hard, difficult
shimo hole
shingo neck
shirikiana share
shiti sheet
shokomsoba shock-absorber
shona sew
shtuko la moyo heart attack
shuka get off; get out
shule (T) school
si is not; are not; not
si- present negative marker
  for 'I' – I don't ...
-si- indicates negative form
  of verb
si ... wala ... neither ... nor ...
siagi butter
sibamangu caracal
sidiria bra
sielewi I don't understand
sifa quality
sifahamu I don't understand
sifikirii I don't think so
sifuri zero
sigaa cigar
sigara, sigareti cigarette(s)

sihitaji I don't need
siipendi I don't like it
sijambo I'm fine; very well
sijui I don't know
siki vinegar
sikia hear
sikiliza listen
sikio ear
si kitu don't mention it; it's
  nothing
siku day
  siku iliyotangulia the day
  before
  siku inayofuatia the day after
sikubali hata kidogo
  definitely not
sikumbuki I don't remember
sikuwa I was not
sikuweza ... I couldn't ...
siku ya kuzaliwa birthday
siku zote always
silinda yenye gesi gas
  cylinder
sima cornmeal porridge
simama! stop!
simamisha stop
simba lion
simu line; phone
simu ya kulipwa na mpokeaji
  reverse charge call, collect
  call
simu ya mbali long-distance
  call
simu ya upepo mobile phone
sina I have not
  sina chenji I've no change
  sina mke/mume single, not
  married (man/woman)
sindano needle

-siodhuru safe
-sio faa wrong; not useful
-siopenya maji waterproof
-sio rasmi informal
-siowezekana impossible
sipendi ... I don't like ...
siri secret
si ruhusa kuegesha no parking
sisemi ... I don't speak ...
sisi we; us
  sisi ni we are
sisitiza insist
sita six
sitaha deck
sitaki ... I don't want ...
sitini sixty
sivuti sigara I don't smoke
sivyo not so
siwezi ... I can't ...
siyo not; no
  siyo? isn't it?
si yoyote neither
  si yoyote kati yao neither (one) of them
skii ya majini waterskiing
skuli (K) school
soda soft drink
soda ya limau lemonade
soda ya machungwa fizzy orange
sogea kidogo! move along!, squeeze up a little!
soketi socket, power point
soketi ya kunyolea shaving point
soko market
soksi ndefu tights, pantyhose; stockings

soli sole (of shoe)
soma read
somesha teach
somo lesson
sonara jeweller's
songa! move along!, squeeze up a little!
songana crowded
soseji sausage
sosi sauce
spea spare part
spidi speed
starehe: -a starehe comfortable
stempu stamp
stesheni station
stesheni ya basi bus station
stesheni ya mabasi coach station
stesheni ya mwisho terminus (rail)
stesheni ya polisi police station
stesheni ya reli train station
subiri wait
sufu wool
sufuria pan
sukari sugar
sukuma push
sumbua disturb; annoy
sumbufu inconvenient
sumu: -enye sumu poisonous
sungura rabbit; hare
supu soup
suruali trousers, (US) pants
suruali kipande shorts
suruali ya kuogelea swimming trunks
suti suit

sutikesi suitcase
swala gazelle
swala granti Grant's gazelle
swala pala impala
swala tomi Thomson's gazelle
swala twiga gerenuk (antelope)
swali question

T

-ta- future tense marker
taa light; lamp
taa za mbele za gari headlights
taa za nyuma rear lights
taa za pembeni side lights
taa ziongozazo magari traffic lights
tabasamu smile
tafadhali please
tafadhali nikujulishe na ...? may I introduce ...?
tafadhali sema tena hayo could you repeat that
tafadhali, unaweza ...? could you please ...?
tafadhali usifanye please don't
tafrija party (celebration)
tafsiri interpret; translate
tafuta find out; look for
tahadhari! be careful!
tai tie, necktie
taifa nation
tairi tyre, (US) tire
tairi ya spea spare tyre/tire
tajiri rich (person)

taka like; want; wish; ask
takataka rubbish; trash
takia cushion
takriban roughly, approximately
tambarare flat
tambua recognize; know
tamka pronounce
-tamu sweet
tandala kudu
tandiko saddle (for horse)
tanga sail
tangawizi ginger
tangi tank (of car)
tango cucumber
tangu since
tangu wiki iliyopita since last week
tangulia tafadhali after you
tano five
tapika vomit
tarabu orchestral music of the coastal people
tarajia expect
tarajiwa due
tarakimu number, figure
tarehe date
tarehe ya kumalizikia expiry date
tarishi courier
tatizo problem
tatu three
taulo towel; bath towel
taya jaw; oribi
tayari already; ready
tayarisha arrange
tazama look; look at
TAZARA Tanzania/Zambia Railway Authority

TBC Tanzania Broadcasting Corporation
tegua twist
teksi taxi
tembea walk; go out
tembelea visit
tembo elephant; coconut palm wine
tena again; more
tende dates; strong alcoholic drink
tenga separate
tengeneza fix, arrange; mend, repair
thamani value
 -a thamani valuable
thelathini thirty
theluji snow
themanini eighty
thibitisha confirm
tia pamoja na include
tia posta post
tiketi (T) ticket
tikisa shake
tikiti melon; (K) ticket
tikiti itumikayo baadaye open ticket
tikiti ya kwenda na kurejea, tikiti ya kwenda na kurudi return ticket, round-trip ticket
tikiti ya kwenda tu single ticket, one-way ticket
timu team
tini figs
tipu (K) tip (to waiter etc)
tisa nine
tishu paper tissues
tisini ninety

-to- marker added to the infinitive form after ku- to form the negative
toa give
tochi torch, flashlight
tofauti difference; different
tohe reedbuck
toka from; come from; get out
toka Jumatatu hadi Ijumaa from Monday to Friday
tokea happen
tope mud
tosti, tosi toast; slice of bread
toweka disappear
toza charge
-toza zaidi overcharge
treni train
treni yenye vitanda sleeper (on train)
tu just, only
tu- we; subject marker
-tu- us; object marker
tufaa apple
tukia happen
tulikuwa we were
tulikuwa na we had
tumaini hope
tumbaku tobacco
tumbawe coral reef
tumbili monkey; vervet monkey
tumbo stomach
tumekubaliana it's a deal
tumia use; spend
tuna we have
tuna wakati mwingi there's plenty of time
tunaweza ...? could we ...?;

can we ...?
tunaweza kupata ...? can we have some ...?
tunda fruit
tungule cherry tomatoes
tunza look after
tupa throw away
tupu empty
tutaonana! see you!
 tutaonana baadaye! see you later!
twende, endelea let's go; carry on
twende zetu! let's go!
twiga giraffe
twiga mdogo gerenuk

U

u- you (sing); subject marker
ua flower; fence; kill
uamuzi decision
Ubalozi embassy
Ubalozi Mdogo consulate
ubao wa kupigia mbizi diving board
ubavu rib
Ubelgiji Belgium
ubongo brains
uchafu dirt
uchaguzi election
uchofu wa kilevi hangover
uchoraji drawing
ufagio broom; brush
Ufaransa France
ufizi gum (in mouth)
ufukwe shore
 ufukweni on/at the shore

ufunguo key
ugali porridge, polenta – made from maize, cassava or millet flour
ugeuzaji wa njia diversion, detour
Ugiriki Greece
ugomvi quarrel
ugonjwa disease; illness
ugonjwa wa maini hepatitis
ugumu difficulty
Uhabeshi Ethiopia
u hali gani? how do you do?; how are you? (to one person)
Uholanzi Holland, Netherlands
uhuru freedom; independence
Uingereza England; UK
ujenzi building
Ujerumani Germany
uji porridge or gruel made from millet
ujia corridor
ukanda belt; strap
ukanda wa feni fan belt
ukanda wa kinga seat belt
ukanda wa saa watch strap
ukarimu hospitality
Ukimwi AIDS
uko sawa? are you OK?
ukosi collar
ukucha nail (finger)
ukumbi lounge; foyer, lobby
ukumbi wa kuondokea departure lounge
ukungu fog
 kuna ukungu it's foggy
 -enye ukungu foggy

ukuta wall
ulanga soapstone
Ulaya Europe
ule that
uliipenda ...? how did you like ...?
ulikuwa you were
ulikuwa na you had (sing)
ulilala vyema? did you sleep well?
ulimi tongue
uma bite; sting; fork
umande mist
umbali distance
umekipenda chakula? did you enjoy your meal?
umeme electricity; lightning; current
-a umeme electric
umeoa/umeolewa? are you married? (to man/woman)
umeona ...? have you seen ...?
umepata kufika ...? have you ever been to ...
umiza hurt
umizwa injured
umri age
umwa feel pain
una you have (sing)
una ...? do you have ...?
una njaa? are you hungry?
unaelewa? do you understand?
unaenda wapi? (K) where are you going?
unahitaji huduma yoyote? how can I help you?
unaitwaje? what's your

name?
unakaa wapi? where are you staying?
unakaribishwa, tafadhali you're welcome, don't mention it
unakwenda wapi? (T) where are you going?
unapenda ...? do you like ...?
unasema kiswahili? do you speak Swahili?
unataka ...? do you want ...?; would you like ...?
unataka aina gani? which kind do you want?
unataka kinywaji? would you like a drink?
unataka kuagizisha chakula sasa? would you like to order (the food) now?
unataka kunywa nini? what would you like to drink?
unataka nini? what do you want?
unataka zaidi? would you like some more?
unatoka wapi? where do you come from?
una umri gani? how old are you?
unavuta sigara? do you smoke?
unaweza ...? can you ...?; could you ...?
unga flour
ungua burnt
unguza burn
unyayo sole (of foot)
unyevunyevu: -enye

unyevunyevu humid
uongo: -a uongo false
upande side; direction
upande wa kaskazini to the north
upande wa kulia on the right
upande wa mbele at the front
upara: -enye upara bald
upele rash (on skin)
upeo horizon
upepeo fan (handheld)
upepo wind; breeze
-a upepo mwingi windy
upesi quickly; hurriedly
upuuzi! rubbish!
uraia nationality
urefu height (of mountain)
urukaji angani kwa tiara hang-gliding
usi- ... you shouldn't ...
usifanye: usifanye! don't!
usifanye hivyo! don't do that!; stop it!
usijali never mind
usiku night; night time
usiku kucha overnight
usiku mwema good night
usiningojee don't wait for me
usinisubuwe don't bother me
usivute sigara no smoking; don't smoke
Uskochi Scotland
uso face
uvimbe inflammation; lump; swelling
uwanja field; square (in town)

uwanja wa gofu golf course
uwanja wa majani mafupi lawn
uwanja wa ndege airport
uwasilishaji delivery (of mail)
uwezo wa kuendeleza safari connection
uyoga mushroom
uza sell
uzi string; thread
uzito weight

V

-vi- subject/object marker
viatu vya mpira vya kuogelea flippers
viatu vya ndara sandals
viazi potatoes
viazi vitamu sweet potatoes
vibaya badly
vifaa equipment
vifaa vya huduma ya kwanza first-aid kit
vifaa vya kulia cutlery
vifaa vya umeme electrical appliances
vijana teenagers
vijazio filling (in cake, sandwich)
vile those
vilevile also
vinginevyo otherwise
vinyago vya kimakonde Tanzanian Makonde tribe wood carvings, usually in ebony and representing entwined spirit families
vinywaji baridi soft drink

vipi? how?
vipodozi cosmetics, make-up
vipokea sauti headphones
visiwa vya Ngazija Comoros Islands
visiwa vya Shelisheli Seychelles
visodo tampons
vitabu books
vitafunio snack
vitanda beds
vitanda viwili pacha twin beds
viti chairs
viti vya bei rahisi economy class seats
vitu things
vitunguu onion(s)
vitu vilivyochapishwa printed matter
viungo herbs; spices
-vivu lazy
vizuri well; properly; nicely
volteji voltage
vuja leak
vumbi dust
  -enye vumbi dusty
vunja break
vunjika broken
vuta pull
vyema well
  ni vyema that's nice
vyombo vya kulia crockery
vyombo vya kupikia cooking utensils; pots and pans
vyombo vya udongo pottery
vyumba rooms

W

-w- passive marker
wa- they; subject marker
-wa be; become
-wa- them; you (pl); object marker
wacha mzaha you're joking
wadi ward
wadi ya majeruhi casualty department
waipa windscreen wiper
wakati while; during; time
  wakati huo then, at that time
  wakati huu this time
wakati ujao future; in future
wakati unazidi kupita it's getting late
wakati wa kufungua opening times
wakati wa usiku at night
wakati wo wote ever; any time
Wakenya Kenyan citizens, Kenyans
wakili lawyer
wakwe in-laws; parents-in-law
wala nor
  wala si mimi nor do I
wale those (people, animals)
wali rice (cooked)
walikuwa they were
walikuwa na they had
walinzi-okozi lifeguard
wamefunga they're shut
wana they have

wananchi the people, the citizens
wanaoondoka departures
wanaowasili arrivals
wanaume men
wanawake women
wanyama wakali fierce animals
wao they; them
  wao ni they are
wapi? where?; where is?
waraka document
washa turn on, switch on; washer (for bolt etc)
wasili come; get in, arrive; fly in
wasilisha deliver
wasiovuta sigara non-smokers
wasiwasi worry; problems, hassles
wastani average; medium
  kwa wastani on average
  -a wastani medium-sized
watalii tourists
Watanzania Tanzanian citizens, Tanzanians
watoto children, kids
watu people; men
watu wengi a lot of people
watu wengine the other people
wavu net (in sport)
wavutao sigara smokers
waweza ...? can you ...?
  waweza kunipatia ...? can I have ...?
wawili couple (two people)
wazazi parents

wazi open
wazimu: -enye wazimu crazy, mad
waziri mkuu prime minister
wazo idea
wazungu Europeans
weka keep; put
wekesha book, reserve
wembe razor
wengi a lot, lots
wengine the others
wenzo lever
wenzo wa gia gear lever
wewe you (sing)
  wewe ni you are
weza would; could; be able, can; may
wiki week
  wiki hii this week
  wiki ijayo next week
  wiki iliyopita last week
  wiki nzima the whole week
  wiki moja kuanzia kesho a week (from) tomorrow
  wiki moja kuanzia leo a week (from) today
wiki mbili fortnight
wilaya district
-wili two
wimbo song
wingi plenty; abundance; a lot
wiva ripe
wizi burglary; rip-off
wote all; all of them

Wa

Y

ya for; of
ya- subject/object marker
yachukiza revolting
yadi yard
yafurahisha enjoyable
yai egg
yai la kukaanga fried egg
yake: kwa ajili yake for
  him/her
  ni yake that's his/hers
yako yours
  hii ni yako this is for you
ya kukodisha for hire, to rent
yale those
ya mkono manual (car with
  manual gears)
ya nani? whose?
yangu mine; my
  ... yangu mwenyewe my
  own ...
  ni peke yangu I'm on my
  own
  ni yangu it's mine
ya nje outdoors
yao theirs
yatosha enough
yatumika valid
yavutia interesting
yawezekana possible
yetu our; ours; for us
yeye he; she; her; him
yoga mushrooms
yogat yoghurt
yote all of it, the whole lot
yoti yacht
yoyote any

yu he; she; subject marker
yule that; that one (person,
  animal)
yupi? who?

Z

zabibu grapes
zafarani saffron
zaidi more, extra
  zaidi kidogo a little bit more
zaidi ya ... more than ...
  zaidi ya hiyo more than that
zaituni olives
zamani: -a zamani old-
  fashioned; past
zamu turn; round
zawadi present, gift
zi- subject/object marker;
  they
**ziara ya kutalii sehemu
  maarufu** sightseeing tour
zibika blocked
zile those
zima switch off, turn off
zimamoto fire brigade
zimia faint
zimika off (lights etc)
ziwa lake
zulia carpet
-zuri beautiful, lovely; good;
  nice
-zuri sana terrific,
  tremendous, wonderful
zurura wander

Menu
Reader:
Food

Essential terms

appetizer kianzio
bowl bakuli
bread mkate
butter siagi
cup kikombe
dessert kimalizio
fish samaki
fork uma
glass gilasi
knife kisu
main course chakula muhimu
margarine majarini
meat nyama
menu menyu
pepper pilipili
plate sahani
salad saladi
salt chumvi
set menu menyu maalumu
soup supu
spoon kijiko
starter kianzio
table meza
vegetables mboga

can I have ...? naweza kupata ...?
waiter!/waitress! see page 128
another ..., please ... nyingine, tafadhali
could I have the bill, please? naweza kupata bili, tafadhali?

achari, achali pickle
adesi lentils
aiskrimu ice cream
andazi sweet pastry
aprikoti apricot

baga meat, fish or vegetable
  burger
bajia spicy meatballs made
  from mashed lentils or
  beans
balungi grapefruit
bamia okra, lady's fingers
baridi cold
biriani rice with spices and
  meat, chicken or vegetables
biringani aubergine, eggplant
biskuti biscuit(s), cookie(s);
  cracker(s)

chakula food
chapati unleavened bread
chatni chutney
chaza oyster
chenza tangerine
chewa rock cod
chipsi za muhogo cassava
  chips
chizi cheese
choma roast
choroko dark green peas
chumvi salt
chungwa orange (fruit)
Cowboy® cooking fat

dagaa very small fish;
  sardines
dengu chickpeas

embe mango

faluda milk pudding – made
  with strips of gelatin, sugar
  and cardamom
farne sweet made from rice
  flour, sugar and milk
fenesi jackfruit – large
  melon-shaped fruit with
  thick green skin and yellow
  flesh
figili (T) celery; radish leaves
figo kidney

giligilani coriander

halua, haluwa, halwa sweet
  made from sesame seeds or
  pistachio nuts
haradali mustard
hiliki, iliki cardamom

irio potato, cabbage and
  beans mashed together
  (Mount Kenya region)

jelebi pastry made from
  wheat flour, sugar and/or
  syrup
jibini cheese

kaa crab
kababu spicy meatballs
kabichi cabbage
kachumbari onions and
  herbs in vinegar marinade
kaimati small very sweet
  doughnuts
kamba lobster; prawn(s)

kamba wadogo shrimp(s)
kamba wakubwa lobster
kangaja clementine
karafuu cloves
karanga peanuts; ground nuts; (K) beef stew
karoti carrots
kashata sweet made from boiled sugar, grated coconut and almonds
katlesi meat or fish croquette
kebeji cabbage
keki cake
kepguzbari cape gooseberries
kibibi small pancake(s)
kima cooked mincemeat eaten with spaghetti or plain rice
kimanda omelette
kimanda cha jibini cheese omelette
Kimbo® cooking fat
kisamvu cooked cassava leaves with spices
kitumbua deep-fried small rice bread
kitunguu onion(s)
kitunguu thomu garlic
kiwanda omelette
kiwanda cha jibini cheese omelette
kiwanda cha nyanya tomato omelette
kofta meatballs
komamanga pomegranate
kongosho sweetbreads
korosho cashew nuts

kuchemsha: -a kuchemsha boiled
kuchoma: -a kuchoma grilled
kukaanga: -a kukaanga fried
kuku chicken
kuku wa kuchoma grilled chicken
kunde cow peas
kutokosa: -a kutokosa boiled
letis lettuce
limau lemon

maandazi sweet doughnut, sometimes flavoured with spices
machungwa oranges
madafu green coconuts – contains sweet pulp and juice (sold by street vendors on the coast)
maembe mangoes
mafuta ya kupikia cooking fat
mahamri sweet doughnuts, sometimes flavoured with spices
maharag(w)e beans or red kidney beans, often cooked with coconut
maharagwe ya kifaransa French beans
mahindi corn
maini liver
majarini margarine
makaroni, makaronya macaroni
mamba crocodile
mandazi sweet doughnuts, sometimes flavoured with spices

mastad mustard

mastafeli soursops – edible white-fleshed fruit with spiny skin and black seeds

matoke mashed green bananas

matopetope custard apples

matunda fruit

mayai eggs

mayai ya kuchemsha boiled eggs

mayai ya kukaanga fried eggs

mayai ya kuvuruga scrambled eggs

maziwalala (K) yoghurt; sour milk

maziwa ya kuganda (T) yoghurt; sour milk

mbaazi pigeon peas, cooked in water, salt and coconut milk

mbatata potato(es)

mboga vegetables

mchele uncooked rice

mchicha spinach, usually cooked with onions and tomatoes

mchuzi curry; sauce eaten with plain rice dishes; gravy

mchuzi wa kondoo lamb curry

mchuzi wa kuku chicken curry

mchuzi wa nyama meat curry, usually beef

mchuzi wa samaki fish curry

menyu, menyu ya chakula menu

menyu maalumu set menu

mishikaki kebabs

mkate bread; loaf; roll

mkate mayai (K) egg-bread – light wheat-flour 'pancake' wrapped around fried eggs and minced meat, usually cooked on a huge griddle

mkate wa kumimina sweet bread made from rice flour

mkate wa kusukuma fried flat wheat bread

mkate wa mayai (T) sweet bread made from flour, sugar and eggs

mkate wa mofa oven-baked millet bread

mkate wa ufuta oven-baked flat wheat bread with sesame seeds

moto hot

mseto a mixture of rice, millet or lentils and meat

mtama millet; sorghum

muhogo cassava – large roots eaten roasted or boiled

nanaa mint

nanasi pineapple

nazi ripe coconuts

ndimu lime

ndizi bananas; plantains

ngisi squid

nguru kingfish

njegere peas

njugu nuts; peanuts

njugunyasa peanuts; ground nuts

nusu half; half-portion

nyama meat
nyama choma (K) roast meat
nyama ya bata duck
nyama ya kanga guinea fowl
nyama ya kondoo mutton; lamb
nyama ya kuchoma roast beef; (T) roast meat
nyama ya kuku chicken
nyama ya kwale pheasant; partridge
nyama ya mbuni ostrich
nyama ya mbuzi goat
nyama ya ndama veal
nyama ya ng'ombe beef
nyama ya nguruwe pork; bacon
nyama ya njiwa pigeon
nyama ya nyati buffalo
nyama ya paa venison
nyama ya sungura hare; rabbit
nyama ya swala impala
nyanya tomatoes

orodha ya chakula menu

papa shark
papai papaya, pawpaw
parachichi avocado
pasheni passionfruit
pea pear
pera guava – round, green-skinned fruit with white flesh
peya pear
pichi peach
pilau rice with spices
pilipili pepper(s); chilli(es)

pilipili manga black pepper
piripiri chillies
pudin pudding
punda milia zebra
pweza octopus

rojo gravy
rostbif roast beef

saladi lettuce; salad
saladi ya figili radish salad
saladi ya letis green salad
saladi ya matango cucumber salad
saladi ya matunda fruit salad
saladi ya nyanya tomato salad
samaki fish
samaki wa kuchoma grilled fish
samaki wa kukaanga fried fish
samaki wa kupaka fish cooked in coconut milk and spices
sambusa deep-fried triangular pastry filled with chopped meat and vegetables
samoni salmon
sandara mandarin(s)
shelisheli breadfruit – large roundish fruit eaten boiled or roasted
siagi butter
siki vinegar
sima cornmeal porridge
sosi sauce
steki steak; grilled meat

stroberi strawberries
sukari sugar
sukuma wiki boiled green leaves, usually a type of spinach
supu soup
supu ya kuku chicken soup
supu ya mafupa bone soup
supu ya mboga vegetable soup
supu ya nyama beef soup

tambi vermicelli – sometimes cooked with coconut milk and sugar
tangawizi ginger
tango cucumber
tende dates – sometimes mashed with almonds
tewa rock cod
tikiti melon
tini figs
topetope custard apple
tosti, tosi toast; slice of bread
tosti na siagi bread and butter
tungule cherry tomatoes
twiga giraffe

ubongo brains
ugali stiff porridge, polenta – made from maize, cassava or millet flour
uji porridge or gruel made from millet
ulimi tongue
unga flour
uyoga mushroom

viazi potatoes
viazi vitamu sweet potatoes
viazi vya kutokosa boiled potatoes
vibibi small pancake(s)
vileji small flat cake made from rice flour and sugar
visheti small sweet pastry
vitobonya, vitobosha fritters made from flour and sugar
vitumbua deep-fried rice fritters
vitunguu onion(s)
viungo herbs; spices

wali rice cooked in coconut milk or water

yai egg
yoga mushrooms
yogat yoghurt

zabibu grapes
zafarani saffron
zaituni olives
zelabia pastry made from wheat flour, sugar and/or syrup

Menu Reader:
Drink

Essential terms

beer biya (K), bia (T)
  (local) pombe
bottle chupa
brandy brandi
coffee kahawa
cold baridi
cup kikombe
drink (alcoholic) pombe
  (non-alcoholic) kinywaji
gin jin
glass gilasi
half-bottle nusu chupa
ice barafu
milk maziwa
mineral water maji ya soda
orange juice maji ya machungwa
passionfruit juice maji ya pasheni
red wine mvinyo nyekundu
rosé mvinyo ya 'rosé'
rum ramu
scotch wiski
soda (water) soda
soft drink soda, vinywaji baridi
sugar sukari
tea chai
tonic (water) tonik
water maji
whisky wiski
white wine mvinyo nyeupe
wine mvinyo
wine list orodha ya mvinyo

a cup of ..., please kikombe kimoja cha ..., tafadhali
a glass of ... gilasi ya ...
a gin and tonic, please jin na toniki, tafadhali
with ice na barafu
no ice bila barafu
another beer, please biya nyingine, tafadhali

Afrikoko® Tanzanian liqueur

barafu ice
baridi cold
bia (T) beer
biya (K) beer
brandi brandy

chai tea with milk
chai kavu black tea
chai strongi strongly spiced tea
chai ya rangi black tea
chai ya tangawizi ginger tea
chibuku Tanzanian spirit made from millet
chupa bottle

dawa vodka, white rum, honey and lime juice (literally: 'medicine')

gilasi glass

kahawa coffee
Kenya Cane® white rum
Kenya Gold® coffee-flavoured liqueur
Konyagi® Tanzanian brandy

lemonadi lemonade

maji water
maji ya karoti carrot juice
maji ya kunywa drinking water
maji ya machungwa orange juice
maji ya madafu unripe-coconut juice
maji ya maembe mango juice
maji ya mananasi pineapple juice
maji ya miwa sugar-cane juice
maji ya ndimu sweetened lime juice
maji ya pasheni passionfruit juice
maji ya ukwaju sweetened tamarind juice
maziwa milk
maziwalala (K) fermented milk, almost like yoghurt (literally: 'sleeping milk')
mvinyo ya Dodoma (T) Dodoma wine
mvinyo ya mapapai (K) papaya wine

nusu chupa half-bottle

orodha ya mvinyo wine list

pegi a small amount of brandy/whisky, a peg
pombe home-brewed 'beer' made from fermented sugar and millet or banana and other ingredients

sharubati fruit juice with spices
soda fizzy soft drink
soda ya limau lemonade
soda ya machungwa fizzy orange
sukari sugar

tembo coconut-palm wine
tende strong local spirit
togwa cold drink made from
  millet

waragi Ugandan spirit
wiski whisky

Rough Guides
on the Web

www.travel.roughguides.com

We keep getting bigger and better! The Rough Guide to Travel Online
now covers more than 14,000 searchable locations. You're just a click
away from access to the most in-depth travel content, weekly
destination features, online reservation services, and an outspoken
community of fellow travelers. Whether you're looking for ideas for
your next holiday or you know exactly where you're going, join us online.

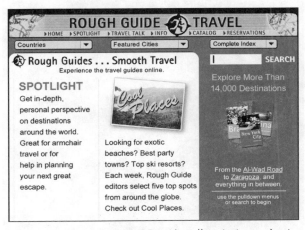

Will you have enough stories to tell your grandchildren?

Yahoo! Travel

DO YOU
YAHOO!